கிழவனும் கடலும்

கிழவனும் கடலும்
எர்னெஸ்ட் ஹெமிங்வே (1899–1961)

அமெரிக்க இல்லினாய் மாநிலத்தில் பிறந்தார். இளவயதிலேயே பேனாவையும் துப்பாக்கியையும் பயன்படுத்தத் தொடங்கிவிட்டார். முதல் உலகப் போரின்போது செஞ்சிலுவை சங்கத்தில் சேர்ந்து இத்தாலி சென்று பல விபத்துக்களில் சிக்கி அதிசயமாக உயிர்தப்பினார். செய்தி நிருபராக ஐரோப்பா முழுவதும் சுற்றினார். மாட்டுச் சண்டை, வேட்டையாடுதல், ஆழ்கடல் மீன்பிடிப்பு, குத்துச்சண்டை போன்றவற்றில் ஆர்வத்துடன் ஈடுபட்டதுடன் அவற்றைப் பின்னணியாகக் கொண்ட நாவல்கள், சிறுகதைகள் எழுதினார். இரண்டாம் உலகப் போரின்போது போர்முனைகளில் முன்னணியில் நின்று செய்திகள் சேகரித்தார். அமெரிக்காவுக்காக உளவு பார்த்தார். ஸ்பெயின், பிரான்ஸ், இத்தாலி, ஆப்பிரிக்கா என்று நிறைய சுற்றினார். நான்கு முறை திருமணம் செய்துகொண்டார்.

1954இல் ஹெமிங்வேக்கு நோபல் பரிசு வழங்கப்பட்டது. *For Whom the Bell Tolls, A Farewell to Arms, The Sun Also Rises, The Old Man and the Sea* ஆகிய நாவல்கள் திரைப்படங்களாக்கப்பட்டுள்ளன.

1961இல் துப்பாக்கியால் சுட்டுத் தற்கொலை செய்து கொண்டார்.

எர்னெஸ்ட் ஹெமிங்வே

கிழவனும் கடலும்

தமிழில்
எம். எஸ்.

காலச்சுவடு பதிப்பகம்

● அன்பார்ந்த வாசகருக்கு,

வணக்கம்.

காலச்சுவடு நூலை வாங்கியமைக்கு நன்றி.

நூலின் உள்ளடக்கம், உருவாக்கம், அட்டைப்படம் இன்ன பிற அம்சங்கள் பற்றிய உங்கள் கருத்துகளையும் ஆலோசனைகளையும் காலச்சுவடு வரவேற்கிறது. தகவல், எழுத்து, வாக்கியப் பிழைகள் தென்பட்டால் அவசியம் தெரிவித்து உதவுங்கள். நூல் தயாரிப்பில் கடும் குறைபாடு இருப்பின் மாற்றுப் பிரதி உங்களுக்குக் கிடைக்கக் காலச்சுவடு ஏற்பாடு செய்யும்.

மின்னஞ்சல்: publisher@kalachuvadu.com

காலச்சுவடு நாகர்கோவில் அலுவலகத்திற்குக் கடிதம் அனுப்பலாம்.

தங்கள்

எஸ்.ஆர். சுந்தரம் (கண்ணன்)

பதிப்பாளர் – நிர்வாக இயக்குநர்

கிழவனும் கடலும் ♦ நாவல் ♦ ஆசிரியர்: எர்னெஸ்ட் ஹெமிங்வே ♦ தமிழில்: எம்.எஸ். ♦ முதல் பதிப்பு: செப்டம்பர் 2003, இருபத்தி மூன்றாம் பதிப்பு: பிப்ரவரி 2025 ♦ வெளியீடு: காலச்சுவடு பப்ளிகேஷன்ஸ் (பி) லிட்., 669, கே.பி. சாலை, நாகர்கோவில் 629001

kizavanum kaTalum ♦ Novel ♦ Author: Ernest Hemingway ♦ Translated by: M.S. ♦ Language: Tamil ♦ First Edition: September 2003, 23rd Edition: February 2025 ♦ Size: Demy ♦ Paper: 18.6 kg maplitho ♦ Pages: 104

Published by Kalachuvadu Publications Pvt. Ltd., 669 K.P. Road, Nagercoil 629001, India ♦ Phone: 91-4652-278525 ♦ e-mail: publications@kalachuvadu.com ♦ Printed at Mani Offset, Chennai 600077

ISBN: 978-81-87477-45-7

02/2025/S.No. 61, kcp 5625, 18.6 (23) asss

நன்றியுரை

கோவையில் நாஞ்சில் நாடனுடன் ஓர் இலக்கியக் கூட்டத்திற்குச் சென்றிருந்தேன். புவியரசு தலைமையில் கூடிய அந்தக் கூட்டத்தில் உலக இலக்கியங்களிலிருந்து பத்து நூல்களைத் தமிழில் மொழிபெயர்க்கும் ஒரு திட்டம் பற்றித் தீர்மானிக்கப்பட்டது. நாஞ்சில் நாடன் சிபாரிசின்படி ஹெமிங்வேயின் The Old Man and the Sea நாவலை மொழிபெயர்க்கும் பொறுப்பு என்னிடம் தரப்பட்டபோது சற்றுத் தயக்கத்துடனும் மிக்க மகிழ்ச்சியுடனும் ஏற்றுக்கொண்டேன். மொழிபெயர்த்து முடித்தபோது அந்தத் திட்டம் கைவிடப்பட்டதாக அறிந்தேன். சற்று ஏமாற்றமாக இருந்தது. கண்ணன் அதைக் காலச்சுவடு பதிப்பகம் வழி வெளியிடலாம் என்று கூறினார்.

சென்னையில் யுவன் சந்திரசேகருடன் பேசிக்கொண்டிருக்கையில் ஹெமிங்வேயின் இந்த நாவலைத் தான் பலமுறை படித்து ரசித்திருப்பதாகக் கூறினார். எனவே மொழிபெயர்ப்பை அவரது பார்வைக்கு அனுப்பினேன். சிரத்தையுடன் மிகக் கவனமாகப் படித்து அதைச் செப்பனிட்டதுடன், சிறப்பான ஒரு முன்னுரையும் எழுதித் தந்தார்.

காலச்சுவடு பதிப்பகம் வழக்கம்போலவே இந்தப் புத்தகத்தை அழகிய பதிப்பாகக் கொண்டுவந்திருக்கிறது.

இவர்கள் அனைவருக்கும் என் உளங்கனிந்த நன்றி.

எம். எஸ்.

இரண்டாம் பதிப்பு

முதல் பதிப்பை அக்கறையுடன் படித்து, அதில் வரும் மீன்களின் ஆங்கிலப் பெயர்களுக்கு இணையான தமிழ்ப் பெயர்களைத் தந்துதவியதோடு, மேலும் பல திருத்தங்களைச் செய்து மொழிபெயர்ப்பைச் செம்மைப்படுத்தியவர் சு. தியடோர் பாஸ்கரன் அவர்கள். அவருக்கு என் உளம் நிறைந்த நன்றி.

இந்தப் பதிப்பில் மேலும் சில புதிய படங்கள் சேர்க்கப்பட்டுள்ளன.

எம். எஸ்.

எம். எஸ். (எம். சிவசுப்ரமணியன்) (1929–2017)
மொழிபெயர்ப்பாளர்

கன்னியாகுமரி மாவட்டத்தில் திருப்பதிசாரம் என்ற கிராமத்தில் பிறந்தவர். பள்ளி இறுதிவரை படித்த இவர் அரசு அலுவலகத்தில் சுமார் முப்பது ஆண்டுகள் பணிபுரிந்து 1987இல் ஓய்வு பெற்றார். இலக்கிய ஆர்வலரான இவர் சுந்தர ராமசாமி போன்ற எழுத்தாளர்களின் நெருங்கிய நட்பைப் பெற்றிருந்தார். படைப்பாளிகளின் நூல்களை மிகுந்த ஆர்வத்துடன் படித்துப் பிழை திருத்திச் செம்மைப்படுத்துவதில் ஆர்வம்கொண்டவர். ஆங்கிலம், மலையாளம், ஹிந்தி ஆகிய மொழிகளிலிருந்து பல நாவல்கள், சிறுகதைகள், வாழ்க்கை வரலாறு போன்றவற்றை மொழிபெயர்த்திருக்கிறார். 'அமைதியான ஒரு மாலைப் பொழுதில்', 'ஆட்டுக்குட்டிகள் அளிக்கும் தண்டனை', 'விடியலை நோக்கி', 'ஜானு', 'அன்டன் செக்கோவ் சிறுகதைகள்', 'ஆதியில் பெண் இருந்தாள்' போன்றவை இவரது மொழிபெயர்ப்பில் வெளிவந்த பிற நூல்கள்.

இவர் தனது 88ஆவது வயதில், 2017 டிசம்பர் 3 அன்று காலமானார்.

The Old Man and the Sea நாவலை வெளியிட்ட Jonathan Cape பதிப்பகத்தார், நாவலுக்கான சித்திரங்கள் வரையும் பணியை Raymond Sheppard மற்றும் C.F.Tunnicliffe என்ற இரண்டு ஓவியர்களிடம் ஒப்படைத்தனர். யாருடைய சித்திரங்கள் நன்றாக வந்திருக்கிறதோ அவற்றைப் பயன்படுத்திக்கொள்ளலாம் என்பது அவர்கள் எண்ணம். ஆனால் அவர்கள் இருவரின் கோட்டோவியங்களும் மிகச் சிறப்பாக இருக்கவே, அவை அனைத்தையும் பயன்படுத்திக்கொண்டனர்.

இந்த மொழிபெயர்ப்பிலும் மேற்படி இரு ஓவியர்களின் கோட்டோவியங்கள் இடம்பெறுகின்றன.

Raymond Sheppard (பக். 9, 16, 27, 31, 33, 34, 36, 37, 39, 44, 49, 59, 64, 77, 99, 101)

C.F.Tunnicliffe (பக். 14, 21, 26, 29, 32, 42, 47, 53, 61, 67, 75, 78, 84, 88, 97, 103)

இவர்களுக்கு எங்கள் நன்றி.

கிழவனும் கடலும்

ஒரு சிறு படகில் தன்னந்தனியாக வளைகுடாவில் மீன் பிடித்துக்கொண்டிருந்தான் அந்தக் கிழவன். எண்பத்து நான்கு நாட்களாக அவனுக்கு ஒரு மீன்கூட கிடைக்கவில்லை. முதல் நாற்பது நாட்கள் அவனுடன் ஒரு சிறுவனும் இருந்தான். நாற்பது நாட்களாக மீன் எதுவும் கிடைக்காத நிலையில் சிறுவனின் பெற்றோர்கள் கிழவனுக்கு அதிர்ஷ்டம் இல்லையென்று சொல்லி, சிறுவனை வேறு படகுக்கு அனுப்பிவிட்டனர். அந்தப் படகில் அவன் சேர்ந்த முதல் வாரத்திலேயே மூன்று நல்ல மீன்கள் கிடைத்தன. தினந்தோறும் கிழவன் வெற்றுப் படகுடன் திரும்புவதைப் பார்த்து சிறுவன் கவலைப்பட்டான். கிழவனுக்கு உதவியாக மீன் வலையையும் குத்தீட்டியையும் கயிற்றுச் சுருளையும் பாய்மரத் துணியையும் சுமந்து செல்வான். கோணிப் பைகளாலான பாய் மரத்துணி விரியும்போது அது நிரந்தரத் தோல்வியின் கொடியாகக் காட்சியளிக்கும்.

கிழவன் மெலிந்திருந்தான். நல்ல உயரம். பின்கழுத்தில் மடிப்புகள் இருந்தன. கடல் நீரில்

பிரதிபலிக்கும் சூரிய ஒளிபட்டு அவன் கன்னங்களில் செதில் செதிலாகப் பழுப்பேறியிருந்தது. இந்தத் தழும்புகள் முகத்தின் பக்கங்களில் கீழிறங்கின. பெரிய மீன்களைக் கயிற்றால் இழுத்து இழுத்துக் கைகள் கன்றிப் போயிருந்தன. வடுக்கள் இருந்தன. இந்த வடுக்கள் இப்போது ஏற்பட்டவை அல்ல. மீன்களற்ற மணல்வெளியின் மண் அரிப்புகள், குழிகள் போலிருந்தன அவை.

எல்லாமே கிழடு தட்டியவை – அவன் கண்களைத் தவிர. கடல் போன்ற நீலநிறக் கண்களில் மட்டும் மகிழ்ச்சியும் தோல்வியை ஒப்புக்கொள்ளாத திண்மையும் இருந்தன.

படகைக் கரையில் இழுத்து விட்டுவிட்டுக் கரையில் நடக்கும்போது சிறுவன், "சாந்தியாகோ, நாங்கள் கொஞ்சம் பணம் சேர்த்து விட்டோம். இனி நான் உன்னுடன் வரமுடியும்" என்றான்.

பையனுக்கு மீன் பிடிக்கக் கற்றுக் கொடுத்ததே கிழவன்தான். அவனுக்கு கிழவனிடம் மிகவும் பிரியம்.

"வேண்டாம். நீ இப்போது அதிர்ஷ்டக்காரப் படகில் சேர்ந்திருக்கிறாய். அவர்களுடனேயே இரு."

"ஆனால் முன்பு எண்பத்தேழு நாட்கள் ஒரு மீன்கூடக் கிடைக்காமல் இருந்து, அப்புறம் நாம் மூன்று வாரங்கள் தொடர்ந்து தினசரி பெரிய பெரிய மீன்களாகப் பிடித்தோமே, நினைவில்லையா?"

"நினைவிருக்கிறது" என்றான் கிழவன். "சந்தேகப்பட்டு ஒன்றும் நீ என்னை விட்டுப் போகவில்லை என்று எனக்குத் தெரியாதா?"

"அப்பாதான் என்னை வந்துவிடும்படிச் சொன்னார். நான் சின்னப் பையன். அவர் சொன்னால் கேட்கத்தானே வேண்டும்."

"ஆமாம்" என்றான் கிழவன். "எனக்குத் தெரியும். இதெல்லாம் சகஜம் தானே."

"அப்பாவுக்கு அதிக நம்பிக்கையில்லை."

"ஆமாம். ஆனால் நமக்கு இருக்கிறது அல்லவா?"

"இருக்கிறது" என்றான் சிறுவன். "டெரஸ் ஹோட்டலுக்குப் போவோமா? பீர் வாங்கித் தருகிறேன். அதன்பிறகு இவற்றை வீட்டுக்குக் கொண்டு போகலாம்."

"தாராளமாக. மீனவர்களுக்கிடையே வெற்று உபசாரம் எதற்கு?" என்றான் கிழவன்.

ஹோட்டலில் இருவரும் சென்று அமர்ந்தபோது சில மீனவர்கள் கிழவனைக் கேலி செய்தனர்; ஆனால் அவன் கோபப்படவில்லை. வேறு சிலர் – முதிய மீனவர்கள் – அவனைப் பார்த்துக் கவலைப்பட்டனர். ஆனால் அதைக் காட்டிக் கொள்ளாமல் கடலின் நீரோட்டம், தூண்டில் செல்லும் ஆழம், அருமையான வானிலை போன்ற பல்வேறு விஷயங்களைப் பற்றி மெதுவான குரலில் பேசினர். நிறைய மீன்களைப் பிடிப்பதில் வெற்றி பெற்ற சிலர் மீன்களை அறுத்து, இரு பலகைகளில் பரப்பினர். இரண்டுபேர் பலகைகளைச் சிரமத்துடன் சுமந்தபடி மீன்களைக் கிடங்கில் கொண்டு சேர்த்துவிட்டுக் காத்திருந்தனர். அங்கிருந்து அவை ஐஸ் வண்டிகளில் ஏற்றப்பட்டு ஹவானா சந்தைக்குக்கொண்டு செல்லப்படும். சுறாக்களைப் பிடித்தவர்கள் அவற்றை எதிர்ப்புறமிருந்த தொழிற்சாலைக்குக் கொண்டு சென்றனர். கொக்கிகளில் தலைகீழாகத் தொங்கவிட்டு அவற்றின் ஈரல்களை அகற்றினர். துடுப்புகளை வெட்டியெடுத்து, தோலை உரித்தனர். பின்னர் அவை துண்டுகளாக வெட்டப்பட்டு, உப்பிட்டு பதனப்படுத்தப்படும்.

கிழக்கிலிருந்து காற்று வீசும்போது சுறாவைப் பதப்படுத்தும் தொழிற்சாலையிலிருந்து கடுமையான நாற்றம் கிளம்பி துறைமுகம் வரை வீசும். காற்று இன்று வடக்கு நோக்கிச் சென்று விட்டதால் லேசான வாடை மட்டுமே இருந்தது. ஹோட்டலில் மகிழ்ச்சி அலை வீசியது.

"சாந்தியாகோ" என்று அழைத்தான் சிறுவன்.

"ம்" என்றான் கிழவன். கையில் பீர் நிரம்பிய கோப்பை இருந்தது. பல ஆண்டுகளுக்கு முந்தைய சம்பவங்களின் நினைப்பில் லயித்திருந்தான்.

"நாளைக்கு உனக்காக மத்தி மீன் கொண்டு வரட்டுமா?" என்றான் சிறுவன்.

"வேண்டாம். போய் பேஸ்பால் விளையாடு. என்னால் துடுப்பு வலிக்க முடியுமே. அத்துடன் வலை வீசுவதற்கு ரோகலியோ இருக்கிறான்."

"வரவேண்டும் என்று ஆசையாக இருக்கிறது. உன்னுடன் சேர்ந்து மீன் பிடிக்க முடியாவிட்டாலும் வேறு ஏதாவது ஒரு விதத்தில் உதவலாம் என்று நினைக்கிறேன்."

"எனக்கு பீர் வாங்கித் தந்திருக்கிறாயே. நீ இப்போது பெரிய ஆளாகிவிட்டாய்."

"முதன் முதலில் என்னைப் படகில் அழைத்துச் சென்றபோது எனக்கு என்ன வயது?" என்று கேட்டான் சிறுவன்.

"ஐந்து வயது. உனக்கு நினைவிருக்கிறதா? அன்று பிடித்த பச்சை மீன் துள்ளிய துள்ளலில் படகே சிதறிவிடும் போலிருந்தது. அன்று நீ தப்பித்தான் பிழைத்தாய்."

"நன்றாக நினைவிருக்கிறது. அது வாலைச் சுழற்றி அடித்ததில் பலகைகள் உடைந்ததும், நீ தடியால் அதை அடித்ததும், என்னைத் தூக்கிக் கயிற்றுச் சுருள்மேல் நீ வீசியதும், படகு அங்குமிங்கும் ஆடியதும், மரத்தை வெட்டுவதுபோல் நீ மீனைத் துண்டாடியதும், என் தேகம் முழுதும் கவிச்சையும் ... எல்லாமே நினைவிருக்கிறது."

"நிஜமாகவே நினைவிருக்கிறதா? அல்லது நான் இப்போது சொன்ன பிறகுதான் ..."

"நாம் முதல்முதலில் சேர்ந்து போனதிலிருந்து எல்லாமே நினைவிருக்கிறது."

வெயில் காய்ந்த, நம்பிக்கை மாறாத, அன்பு ததும்பிய தன் கண்களால் சிறுவனைப் பார்த்தான் கிழவன்.

"நீ மட்டும் என் மகனாயிருந்திருந்தால் என் அதிர்ஷ்டத்தைப் பரிசோதிக்க உன்னை அழைத்துச் செல்வேன். ஆனால் நீ உன் அப்பா அம்மாவுக்குப் பிள்ளை. அத்துடன் நீ இப்போது சேர்ந்திருக்கும் படகு நல்ல அதிர்ஷ்டம் உள்ளது."

"மத்தி மீன் கொண்டு வரட்டுமா? தூண்டில் புழுக்கள் கிடைக்குமிடங்கள் நான்கு எனக்குத் தெரியும்" என்றான் சிறுவன்.

"இன்று உபயோகித்தவை போக இன்னும் பாக்கி இருக்கிறது. பெட்டியில் உப்புப் போட்டு வைத்திருக்கிறேன்."

"புதிதாக நான்கு புழுக்கள் வாங்கி வருகிறேனே."

"ஒன்று போதும்" என்றான் கிழவன். அவன் நம்பிக்கை அவனை விட்டு அகன்றதேயில்லை. கடற்காற்று எழுந்ததும் அது மேலும் புத்துயிர் பெற்றது.

"இரண்டு" என்றான் சிறுவன்.

"சரி, இரண்டு" என்றான் கிழவன். "நீ அவற்றைத் திருட வில்லையே?"

"திருடியிருக்கலாம். ஆனால் நான் அவற்றை விலைக்குத்தான் வாங்கினேன்."

"நல்லது" என்றான் கிழவன். தன் தாழ்வுணர்ச்சி எப்போது தோன்றியது என்று அறியாத அளவு எளிமையாயிருந்தான். ஆனால் தன் சுயமரியாதைக்கு அதனால் எந்த பாதிப்பும் ஏற்பட வில்லை என்பதையும் உணர்ந்திருந்தான்.

"நீரோட்டம் நன்றாக இருக்கிறது. நாளை நல்ல தினமாக இருக்கும்."

எர்னஸ்ட் ஹெமிங்வே

"எங்கே போகிறாய் நீ?" என்று கேட்டான் சிறுவன்.

"ரொம்ப தூரம் போய்விட்டு காற்று திசை மாறுவதற்குள் திரும்ப வேண்டும். விடிவதற்குள் கிளம்பிவிடுவேன்."

"நான் போகும் படகையும் அவ்வளவு தூரம் வரச் சொல்கிறேன். நீ ஏதாவது பெரிய மீனைப் பிடித்தால் நாங்கள் உன் உதவிக்கு வரமுடியும் அல்லவா?"

"அவன் அவ்வளவு தூரம் வர விரும்பமாட்டானே."

"மாட்டான். ஆனால் கடற்பறவையை அவனால் பார்க்க முடியாது. என்னால் முடியும். ஓங்கிலைப் பிடிக்க நான் உதவுவேன்."

"அவன் கண்கள் அவ்வளவு மோசமா?"

"கிட்டத்தட்டக் குருடுதான்."

"ஆச்சரியம்தான். ஆமை வேட்டைக்கு அவன் சென்றதே இல்லையே. அதுதானே கண்களைக் கெடுக்கும்."

"ஆனால் நீ வருஷக்கணக்காக கொசுத் துறைக்கும் அப்பால் ஆமை பிடிக்கச் செல்கிறாய். உன் கண்கள் நன்றாகத்தானே இருக்கிறது."

"நான் ஒரு விசித்திரமான கிழவன்."

"ஆனால் ஒரு பெரிய மீனைப் பிடிக்கும் அளவுக்கு நீ வலிமை கொண்டவன்தான்."

"இருக்கலாம். அதுவும் தவிர வேறு பல தந்திரமான வழிகளும் இருக்கின்றன."

"சரி. இவற்றையெல்லாம் வீட்டுக்குக் கொண்டு போவோம்" என்றான் சிறுவன். "வலையை எடுத்துக்கொண்டு நான் மத்தி மீன் பிடிக்கச் செல்லவேண்டும்."

படகிலிருந்து பொருட்களை எடுத்துக்கொண்டனர். பாய்மரத்தைக் கிழவன் தன் தோளில் சாய்த்துக்கொண்டான். முறுக்கேறிய உறுதியான தூண்டில் சுருள்களையும் குத்தீட்டியையும் உறையையும் பெட்டியில் வைத்துப் பையன் சுமந்து சென்றான். தூண்டில் புழுக்கள் இருந்த சிறு பெட்டியையும் படகின் அருகே வரும் பெரிய மீன்களை அடித்துக் கொல்ல உதவும் தடியையும் படகின் பின்பக்கத்தில் மறைத்து வைத்தனர். கிழவனிடமிருந்து யாரும் எதையும் திருட மாட்டார்கள். ஆனால் பாய்மரத்துணியும் தூண்டில்களும் பனியால் பாதிக்கப்படும். உள்ளூர் மக்கள் அவன் பொருட்களைத் திருடாவிட்டாலும், மீனை இழுக்கும் கொக்கியும் குத்தீட்டியும் படகிலேயே இருந்தால் பிறர் மனதில் ஒரு சலனத்தை ஏற்படுத்தத்தான் செய்யும் என்று கிழவன் எண்ணினான்.

எர்னெஸ்ட் ஹெமிங்வே

சாலை வழியாக நடந்து இருவரும் கிழவனின் குடிசையை அடைந்து, திறந்த வாசல் வழி உள்ளே சென்றனர். பாய்மரத்தை அதைச் சுற்றிய துணியுடன் சுவரில் சாய்த்து வைத்தான். சிறுவன் அதனருகே பெட்டியையும் சுக்கானையும் வைத்தான். பாய்மரம் குடிசையின் நீளத்துக்கு இருந்தது. குடிசை பனை ஓலைகளால் உறுதியாகக் கட்டப்பட்டிருந்தது. அறையில் படுக்கையும் ஒரு மேஜையும் நாற்காலியும் இருந்தன. தரையில் சமையலுக்கான கரி அடுப்பு. பனையோலைகளை அடுக்கி அழுத்தமாகக் கட்டப்பட்ட சுவரில் யேசுவின் புனித இருதயமும் கன்னிமரியாளின் படமும் தொங்கின. இவை அவனது மனைவியின் நினைவுச் சின்னங்கள். ஒரு காலத்தில் அவளுடைய பழுப்பேறிய புகைப்படம் ஒன்றும் அங்கே இருந்தது. அதைப் பார்க்கும் போதெல்லாம் கிழவன் தனிமையை உணர்ந்து வந்தான். எனவே அதை எடுத்து இடம் மாற்றி வைத்துவிட்டான். இப்போது அது அலமாரியில் அவனது சட்டை துணிமணிகளுக்கடியில் இருக்கிறது.

"சாப்பிட என்ன வைத்திருக்கிறாய்?" என்று கேட்டான் சிறுவன்.

"சோறும் மீனும் பானையில் இருக்கிறது. நீயும் கொஞ்சம் சாப்பிடேன்."

"வேண்டாம். நான் வீட்டில் சாப்பிட்டுக் கொள்கிறேன். அடுப்பை மூட்டட்டுமா?"

"இப்போது வேண்டாம். பிறகு பார்த்துக்கொள்ளலாம். அல்லது ஆறின சோறே போதும்."

"வலையை எடுத்துக் கொள்ளட்டுமா?"

"தாராளமாக."

உண்மையில் கிழவனிடம் வலை இல்லை என்பதும், அதை விற்றுவிட்டான் என்பதும் சிறுவனுக்குத் தெரியும். எனினும் தினசரி இந்த வேடிக்கை நடக்கும். பானையில் சோறோ மீனோ இல்லை என்பதும் சிறுவனுக்குத் தெரியும்.

"எண்பத்தைந்து ஒரு அதிர்ஷ்ட எண்" என்றான் கிழவன். "நாளைக்கு நான் ஆயிரம் பவுண்ட் எடையுள்ள ஒரு மீனைக் கொண்டு வந்தால் உனக்கு எப்படியிருக்கும்?"

"நான் வலையை எடுத்துக்கொண்டுபோய் மத்தி பிடித்து வருகிறேன். வாசலில் எனக்காகக் காத்திருப்பாயா?"

"சரி. நேற்றைய பத்திரிகை இருக்கிறது. பேஸ்பால் செய்தியைப் படித்துக்கொண்டிருப்பேன்."

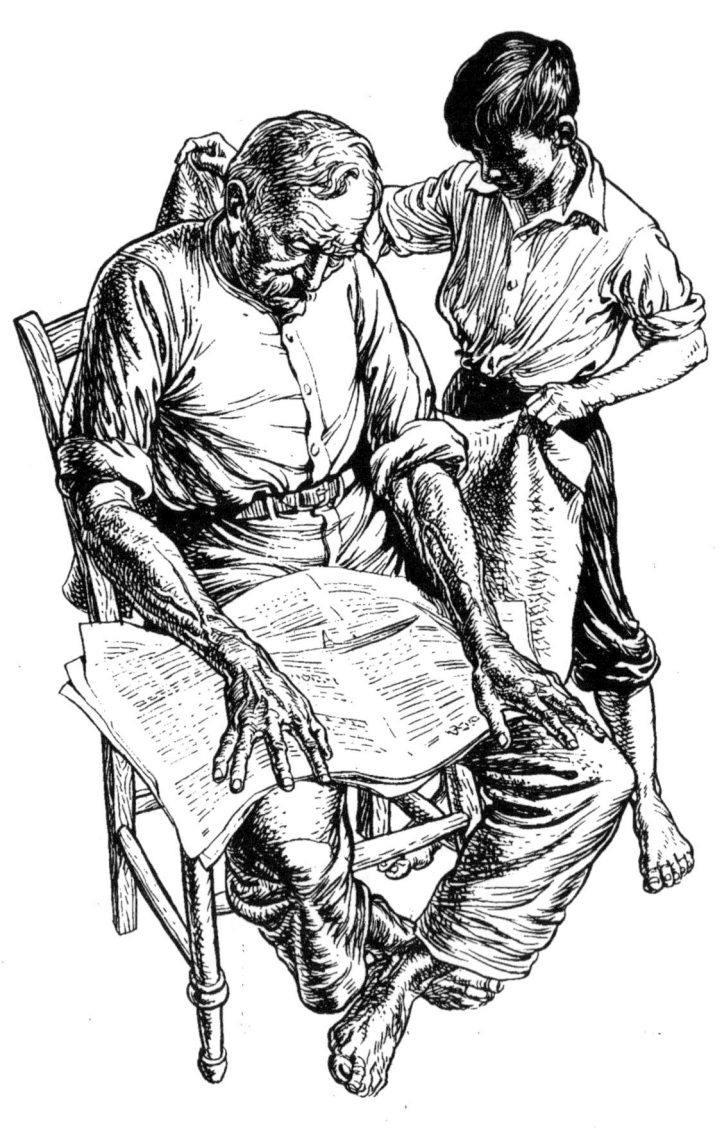

எர்னெஸ்ட் ஹெமிங்வே

'நேற்றைய பத்திரிகை'யும் பொய்தானோ என்று நினைத்தான் சிறுவன். ஆனால் கிழவன் படுக்கையின் அடியில் இருந்து பத்திரிகையை எடுத்தான்.

"பெரிகோ எனக்கு அறையில் வைத்து இதைக் கொடுத்தான்" என்று விளக்கினான் கிழவன்.

"மத்தி பிடித்தவுடன் வந்து விடுவேன். இரண்டுபேர் பங்கையும் உறைபனியில் வைத்திருப்போம். காலையில் பங்கு போட்டுக் கொள்ளலாம். நான் வந்ததும் பேஸ்பால் பற்றி எனக்குச் சொல்ல வேண்டும்."

"அமெரிக்க யாங்க்கிகள் தோற்கமாட்டார்கள்."

"ஆனால் கிளிவ்லாந்து இந்தியர்களைப் பற்றித்தான் எனக்குப் பயமாக இருக்கிறது."

"யாங்க்கிகளை நம்பு மகனே. மகா கில்லாடி டிமாகியோ அதில் இருக்கிறானே."

"கிளிவ்லாந்து இந்தியர்களிடமும் டெட்ராய்ட் புலிகளிடமும் தான் எனக்குப் பயம்."

"ஜாக்கிரதை. சின்சினாட்டி சிவப்பர்களையும் சிக்காகோ வெள்ளையர்களையும் பார்த்து நீ பயப்படப் போகிறாய்."

"படித்துவிட்டு நான் வந்ததும் சொல்."

"எண்பத்தைந்தில் முடிகிற ஒரு லாட்டரி சீட்டு வாங்கலாமா? நாளைக்கு எண்பத்தைந்தாவது நாள்."

"வாங்குவோம்" என்றான் சிறுவன். "ஆனால் உன் அதிர்ஷ்ட எண் எண்பத்தேழு என்ன ஆச்சு?"

"அதிர்ஷ்டம் இரண்டு தடவை வராது. எண்பத்தைந்து கிடைக்குமா பார்."

"வாங்கிவிடலாம்."

"ஒரு சீட்டு இரண்டரை டாலர். யாரிடம் கடன் கேட்பது?"

"ரொம்ப சுலபம். இரண்டரை டாலர் எப்போது வேண்டுமானாலும் கடன் வாங்கலாம்."

"என்னாலும் முடியும் என்றுதான் நினைக்கிறேன். ஆனால் கடன் வாங்க எனக்கு விருப்பமில்லை. ஆரம்பத்தில் கடன் கேட்பாய்; அப்புறம் பிச்சை."

"உடம்பை நன்றாகப் போர்த்திக் கொள், தாத்தா. இது செப்டம்பர் மாதம். நினைவிருக்கட்டும்."

"பெரிய மீன்கள் வருகிற மாதம் இது. மே மாதத்தில் எவன் வேண்டுமானாலும் மீனவன் ஆகிவிட முடியும்."

"நான் மத்தி பிடிக்கப் போகிறேன்" என்றான் சிறுவன்.

அவன் திரும்பிவந்தபோது கிழவன் நாற்காலியில் அமர்ந்தபடியே நன்றாகத் தூங்கிக்கொண்டிருந்தான். சூரியன் மறைய ஆரம்பித்திருந்தது. சிறுவன் ஒரு மிலிட்டரிக் கம்பளியைப் படுக்கையிலிருந்து எடுத்து நாற்காலியின் பின்பக்கத்தையும் சேர்த்து கிழவனின் தோள்களில் போர்த்தினான். எப்படிப்பட்ட தோள்கள்! வயதானாலும் வலிமை கொண்டவை. கழுத்தும் பலமாகவே இருக்கிறது. தூக்கத்தில் தலை குனிந்து மார்பில் கவிழ்ந்திருந்ததால் கழுத்து மடிப்பு அவ்வளவாகத் தெரிய வில்லை. சட்டை பல இடங்களில் ஒட்டுப் போடப்பட்டிருந்தது. வெயிலில் காய்ந்து பலவித நிறங்கள் கொண்ட பாய்மரத்துணிபோல் காட்சி அளித்தது. மிகவும் கிழடு தட்டிய முகம். கண்கள் மூடியிருந்ததால் முகத்தில் உயிர் இல்லை. பத்திரிகை மடியில் கிடந்தது. காற்றில் பறந்து விடாதபடி ஒரு கை அதை அழுத்திப் பிடித்திருந்தது. காலில் செருப்பு இல்லை.

சிறுவன் அவனை அப்படியே விட்டுவிட்டு வெளியே சென்றான். திரும்பி வந்த போதும் கிழவன் தூங்கிக் கொண்டுதான் இருந்தான்.

"எழுந்திரு தாத்தா" என்றான், தன் கைகளை கிழவனின் முழங்காலில் வைத்துக்கொண்டே.

கிழவன் கண்களைத் திறந்தான். நீண்ட தொலைவில் இருந்து வருபவன் போல் தோன்றினான். புன்னகை புரிந்தான்.

"என்ன வாங்கி வந்திருக்கிறாய்?" என்று கேட்டான் கிழவன்.

"சாப்பாடு. நாம் இருவரும் சாப்பிடப் போகிறோம்."

"எனக்குப் பசி இல்லை" என்றான் கிழவன்.

"சும்மா வா. சாப்பிடு. சாப்பிடாவிட்டால் எப்படி மீன் பிடிப்பாய்?"

"பிடித்திருக்கிறேன்" என்றான் கிழவன். எழுந்து பத்திரிகையை எடுத்து மடித்து வைத்தான். போர்வையை மடிக்கத் தொடங்கி னான்.

"போர்வையால் உடம்பை மூடிக்கொள்" என்றான் சிறுவன். "நான் இருக்கும்வரை பட்டினியுடன் நீ மீன் பிடிக்கச் செல்ல வேண்டியதில்லை."

எர்னெஸ்ட் ஹெமிங்வே

"அப்படியானால் நீ தீர்க்காயுசுடன் இருந்து என்னைக் கவனித்துக்கொள்" என்றான் கிழவன். "என்ன கொண்டு வந்திருக்கிறாய்?"

"கறுப்பு மொச்சை, சோறு, வாழைக்காய் வறுவல், கொஞ்சம் குழம்பு."

ஹோட்டலில் இருந்து இரண்டடுக்கு டிபன் கேரியரில் சாப்பாடு கொண்டு வந்திருந்தான் சிறுவன். இரண்டு செட் கத்தியும் ஸ்பூனும் பேப்பர் நாப்கினில் சுற்றப்பட்டு அவன் சட்டைப் பையில் இருந்தன.

"இதெல்லாம் உனக்கு யார் தந்தது?"

"மார்ட்டின். ஹோட்டல் முதலாளி."

"அவருக்கு நன்றி சொல்ல வேண்டும்."

"நான் சொல்லிவிட்டேன்" என்றான் சிறுவன். "நீ வேறு தனியாகச் சொல்ல வேண்டாம்."

"ஒரு பெரிய மீனின் வயிற்றுச் சதையை அவருக்குக் கொடுக்க வேண்டும். இந்த உதவியை அவர் பலமுறை நமக்குச் செய்திருக்கிறார்."

"ஆமாம்" என்றான் சிறுவன்.

"மீன் வயிற்றுப் பகுதிக்கும் மேலாக ஏதாவது அவருக்குத் தரவேண்டும். நம்மைப் பற்றி எவ்வளவு அக்கறை அவருக்கு!"

"இரண்டு பீர் தந்திருக்கிறார்."

"டின் பீர் எனக்கு மிகவும் பிடிக்கும்."

"ஆனால் இது பாட்டிலில் இருக்கிறது. ஹாட்டுயி பீர். பாட்டில்களைத் திருப்பிக் கொடுக்க வேண்டும்."

"அவசியம்" என்றான் கிழவன். "சாப்பிடலாமா?"

"நானே கேட்க வேண்டுமென்று நினைத்தேன்" என்றான் சிறுவன் மெதுவாக. "நீ தயாராகும்வரை பாத்திரத்தைத் திறக்க வேண்டாம் என்றிருந்தேன்."

"நான் ரெடிதான். குளிக்கலாம் என்று நினைத்தேன்."

எங்கே போய்க் குளிப்பது? இரண்டு தெருக்களுக்கு அப்பால் இருக்கிறது தண்ணீர்க் குழாய். தண்ணீர் கொண்டு வரவேண்டும் என்று நினைத்தான் சிறுவன். அத்துடன் சோப்பும் துவாலையும். ஏன் இதை முன்னரே யோசிக்கவில்லை. கிழவனுக்கு இன்னொரு

சட்டையும் ஸ்வெட்டரும், ஏதாவது பழைய செருப்பும் கொடுக்க வேண்டும். அத்துடன் இன்னொரு போர்வையும்.

"கறி பிரமாதம்" என்றான் கிழவன்.

"பேஸ்பால் பற்றிச் சொல்லு."

"நான் சொன்னேனே, அமெரிக்கன் லீகில் யாங்க்கிகள் தான்" என்றான் கிழவன் மகிழ்ச்சியுடன்.

"ஆனால் அவர்கள் இன்று தோற்றுப்போய் விட்டார்களே!"

"அதில் ஒன்றுமேயில்லை. டிமாகியோ இருப்பது வரை என்ன பயம்?"

"டீமில் வேறு ஆட்களும் இருக்கிறார்களே."

"உண்மைதான். ஆனால் டிமாகியோ வித்தியாசமான ஆள் அல்லவா. மற்ற லீகில், புரூக்ளினுக்கும் ஃபிலடெல்ஃபியாவுக்கும் இடையே, புரூக்ளினுக்குத்தான் வாய்ப்பு அதிகம். அதிலும் டிக் ஸில்வரின் ஆட்டத்தை இப்போதும் நினைத்துப் பார்க்கிறேன்."

"அவர்களைப் போல் யார் ஆடுவார்கள்? அவன் அளவுக்கு யாரும் பந்தை அடிப்பதில்லை."

"நமது டெரஸ் ஹோட்டலுக்கு ஒரு தடவை அவன் வந்திருக்கிறான், நினைவிருக்கிறதா? அவனை என்னுடன் மீன் பிடிக்க அழைத்துச் செல்லவேண்டும் என்று விரும்பினேன். ஆனால் அவனிடம் நேரில் கேட்பதற்குத் தயக்கமாயிருந்தது. நீ போய்க் கேள் என்று சொன்னேன். உனக்கும் தயக்கம்தான்."

"ஆமாம். நாம் தவறு செய்து விட்டோம். அவன் நம்முடன் வந்திருப்பான். வாழ்நாள் முழுவதும் மறக்க முடியாத சம்பவமாக அது இருந்திருக்கும்."

"டிமாகியோவை ஒருநாள் மீன் பிடிக்க அழைத்துச் செல்ல வேண்டும்" என்றான் கிழவன். "அவன் அப்பாவும் மீன் பிடிப்பவர் தானாம். ஒருவேளை அவரும் நம்மைப்போல ஏழையோ என்னமோ. அப்படியானால் அவர் நம்மைப் புரிந்தவராயிருப்பார்."

"ஸிஸ்லரின் தந்தை ஏழையொன்றுமில்லை. பிராயத்தில் அவர் பெரிய போட்டிகளில் ஆடியிருக்கிறார்."

"உன் வயதில் நான் ஆப்பிரிக்காவுக்குச் செல்லும் ஒரு கப்பலில் பாய்மரத்தின் அடியில் நின்றிருந்தேன். மாலை வேளையில் அங்குள்ள கடற்கரையில் சிங்கங்கள் உலாவுவதைப் பார்த்திருக்கிறேன்."

"எனக்குத் தெரியும். முன்பே நீ சொல்லியிருக்கிறாய்" என்றான் சிறுவன்.

"ஆப்பிரிக்காவைப் பற்றி பேசுவோமா, இல்லை பேஸ்பால் பற்றியா?"

"பேஸ்பால்" என்றான் சிறுவன். "ஜான் ஜே மக்கிரா பற்றிச் சொல்லு."

"அந்த நாட்களில் அவனும் டெரஸ் ஹோட்டலுக்கு வருவதுண்டு. சற்று முரடன். மோசமாகப் பேசுவான். குடித்துவிட்டால் அவனைச் சமாளிப்பது கஷ்டம். பேஸ்பால் போலவே குதிரைப் பந்தயத்திலும் அவனுக்கு ஆர்வம் இருந்தது. சட்டைப்பையில் குதிரைகளின் பட்டியல் ஒன்று எப்போதுமே இருக்கும். தொலைபேசியில் அடிக்கடி குதிரைகளின் பெயர்களைச் சொல்லிக்கொண்டிருப்பான்."

"அவன் ஒரு பெரிய மேனேஜர். அவனைப் போல் ஒருத்தருமில்லை என்று என் அப்பா சொல்லுவார்."

"இந்தப் பக்கம் அவன் அடிக்கடி வருகிறான் அல்லவா, அதனால் இருக்கும்" என்றான் கிழவன். "குரோக்கரும் இங்கே வந்து கொண்டிருந்தால் அவனையும் அப்படித்தான் சொல்லியிருப்பார் உன் அப்பா."

"யார் பெரிய மானேஜர் – லூக்கா அல்லது மைக் கோன் ஸலேஸா?"

"இருவரும் சமம் என்றுதான் தோன்றுகிறது."

"ஆனால் மீன் பிடிப்பதில் நீதான் திறமையானவன்."

"என்னைவிடத் திறமைசாலிகள் நிறையபேர் இருக்கிறார்கள்."

"இருக்கட்டுமே" என்றான் சிறுவன். "நல்ல மீனவர் இருக்கிறார்கள், கெட்டிக்காரர்கள் இருக்கிறார்கள். ஆனால் நீ நீதான்."

"ரொம்ப நன்றி. இதைக் கேட்க சந்தோஷமாக இருக்கிறது. ஆனால் ஏதாவது ஒரு பெரிய மீன் வந்து நீ சொல்வதைப் பொய் என்று ஆக்கிவிடக் கூடாது."

"நீ சொல்கிறபடி உனக்குச் சக்தியிருந்தால் அப்படி எந்த மீனும் செய்துவிடாது."

"நான் நினைக்கிற அளவுக்குப் பலசாலியாக இல்லாமல் இருக்கலாம். ஆனால் எனக்குப் பல நுட்பங்கள் தெரியும். மனதில் உறுதி இருக்கிறது."

"சரி, தூங்கு" என்றான் சிறுவன். "காலையில் புதுத் தெம்போடு எழுந்திருக்கலாம். சாமன்களையெல்லாம் ஹோட்டலில் கொண்டு கொடுத்து விடுகிறேன்."

"சரி. காலையில் உன்னை எழுப்பி விடுகிறேன்."

"நீதான் எனக்கு அலாரம்" என்றான் சிறுவன்.

"வயதுதான் எனக்கு அலாரம்" என்றான் கிழவன். "வயதானவர்கள் ஏன் சீக்கிரம் விழித்துவிடுகிறார்கள்? பகல் பொழுது கொஞ்சம் நீண்டதாக இருக்கட்டும் என்றா?"

"தெரியவில்லை. எனக்குத் தெரிந்ததெல்லாம் சின்னப் பையன்கள் நன்றாகத் தூங்குகிறார்கள். நேரம் கழித்தே எழுந்திருக்கிறார்கள்."

"எனக்கும் தெரியும்" என்றான் கிழவன். "எதற்கும் உன்னைச் சீக்கிரமாக வந்து எழுப்புகிறேன்."

"நீ வந்து என்னை எழுப்புவதை நான் விரும்பவில்லை. அது எனக்கு ஏதோ குறைவாகப்படுகிறது."

"புரிகிறது" என்றான் கிழவன்.

"நன்றாகத் தூங்கு, தாத்தா."

சிறுவன் வெளியே சென்றான். இருவரும் விளக்கில்லாமலே சாப்பிட்டு முடித்திருந்தார்கள். இருட்டில் கிழவன் காற்சட்டையைக் கழற்றிவிட்டுத் தூங்கச் சென்றான். காற்சட்டைக்குள் பத்திரிகையை வைத்துச் சுருட்டி ஒரு தலையணையாக

மாற்றினான். பழைய பத்திரிகைகளைக் கட்டிலின் மேல் பரப்பினான். போர்வையால் நன்றாகப் போர்த்திக்கொண்டு சுருண்டு படுத்தான்.

சீக்கிரமே நன்றாகத் தூக்கம் வந்துவிட்டது. தூக்கத்தில், தான் சிறுவயதில் பார்த்த ஆப்பிரிக்காவைக் கனவு கண்டான். கண்ணைக் கூசவைக்கும் வெண்ணிறக் கடற்கரைகள், தங்கநிற மணல், கூர்ந்து உயர்ந்து நிற்கும் பழுப்பு நிற மலைகள் எல்லாம் கனவில் வந்தன. இப்போதெல்லாம் தினசரி அவன் கனவில் ஆப்பிரிக்கக் கடற்கரையில் வாழ்கிறான். அலைகளின் இரைச்சலும், பொங்கும் நுரையும், அவற்றினூடே வரும் நாட்டுப் படகுகளும் அவன் கனவில் வந்தன. தார் மற்றும் பழைய கயிறுகளின் வாசனையையும், அதிகாலையில் வீசும் கடற்காற்றின் மணத்தையும் நுகர்ந்தான்.

வழக்கமாகக் கடற்காற்றின் மணத்தை உணரும் நேரத்தில் விழிப்பு வந்துவிடும். உடையணிந்து சிறுவனை எழுப்புவான். ஆனால் இன்றிரவு கடற்காற்றின் மணம் சற்று முன்னதாக வந்து விட்டது. அவனும் அதை உணர்ந்து மேலும் கனவுலகில் ஆழ்ந்தான். கடலில் இருந்து உயரும் வெண்ணிற மலைகளையும் பலவிதத் துறைமுகங்களையும் கானரித் தீவுகளின் சாலைகளையும் கனவில் கண்டான்.

இப்போதெல்லாம் புயல்களையோ, பெண்களையோ, சிறப்பான நிகழ்ச்சிகளையோ, பெரிய மீன்களையோ, சண்டைகளையோ, பலப் பரீட்சைகளையோ, தன் மனைவியையோ கனவில் காண்பதில்லை. பல்வேறு இடங்களைக் காண்கிறான். கடற்கரையில் உலவும் சிங்கங்களைக் காண்கிறான். மங்கும் மாலை வெயிலில் அவை பூனைக் குட்டிகள் போல் விளையாடுகின்றன. அவனுக்கு அவற்றைப் பிடித்திருக்கிறது. அந்தச் சிறுவனையும் பிடித்திருக்கிறது. சிறுவன் கனவில் வந்ததேயில்லை.

கிழவன் கண்விழித்து, திறந்த கதவின் வழியே சந்திரனைப் பார்த்தான். காற்சட்டையைப் பிரித்து அணிந்துகொண்டான். குடிசைக்கு வெளியே போய், சிறுநீர் கழித்துவிட்டு, சாலை வழியே நடந்து சிறுவனை எழுப்பச் சென்றான். காலைக் குளிர் அவனை நடுக்கியது. நடுக்கத்திலேயே உடம்பில் உஷ்ணம் ஏறும் என்று அவனுக்குத் தெரியும். பிறகு படகைச் செலுத்தலாம்.

சிறுவன் வசித்து வந்த குடிசையின் கதவு பூட்டப்படவில்லை. கிழவன் கதவைத் திறந்து வெறும் காலுடன் மெதுவாக உள்ளே சென்றான். முன் அறையில் சிறுவன் கட்டிலில் அயர்ந்து தூங்கிக் கொண்டிருந்தான். மறையும் நிலவொளியில் கிழவன் அவனை

நன்றாகப் பார்க்க முடிந்தது. அவனது ஒரு காலை மெதுவாகப் பற்றினான். சிறுவன் கண் விழித்து கிழவனைப் பார்த்தான். கிழவன் தலையை அசைத்தான். சிறுவன் நாற்காலியின் மேலிருந்த நிக்கரை எடுத்துக் கட்டிலில் இருந்தவாறே அணிந்துகொண்டான்.

கிழவன் வெளியே சென்றான். சிறுவனும் பின் தொடர்ந்தான். அவனுக்குத் தூக்கக் கலக்கம் தெளியவில்லை. கிழவன் தன் கையைச் சிறுவனின் தோளில் போட்டபடி, "எனக்கு வருத்தம் தான்" என்றான்.

"ஏன்?" என்று கேட்டான் பையன். "ஒரு மனிதன் செய்ய வேண்டிய காரியம்தானே இது."

சாலை வழியாக நடந்து கிழவனின் குடிசையை அடைந்தனர். வழியில் வெறுங்காலுடன் மீனவர்கள் பாய் மரங்களைச் சுமந்தபடி இருளில் நடந்து கொண்டிருந்தனர்.

கிழவனின் குடிசையை அடைந்ததும் சிறுவன் கூடையிலிருந்து தூண்டில் சுருளையும் ஈட்டியையும் மீனை இழுக்கும் கொக்கிகளையும் எடுத்துக் கொண்டான். கிழவன் பாய்மரத்தையும் சுருட்டிய பாய்த் துணியையும் தோளில் தூக்கிக்கொண்டான்.

"காப்பி சாப்பிடலாமா?" என்று கேட்டான் சிறுவன்.

"முதலில் பாய்மரத்தைப் படகில் கொண்டுபோய் வைத்துவிட்டு அப்புறம் வந்து சாப்பிடலாம்."

அவர்கள் மீனவர்களுக்கான கடை ஒன்றில் கட்டிப்பாலில் கலந்த காப்பி குடித்தனர்.

"தாத்தா, நன்றாகத் தூங்கினாயா?" என்று கேட்டான் சிறுவன். இப்போதுதான் அவன் தன் தூக்கக் கலக்கத்திலிருந்து சற்று சிரமத்துடன் விழித்துக் கொண்டிருக்கிறான்.

"நன்றாகத் தூங்கினேன், மனோலின். இன்று நல்ல நம்பிக்கையுடன் இருக்கிறேன்."

"நானும்தான்" என்றான் சிறுவன். "சரி, நான் போய் உன்னுடைய மத்தி மீன், என்னுடைய மத்தி, உன்னுடைய புதிய தூண்டில் இரை எல்லாம் கொண்டு வருகிறேன். நமது பாய்மரத்தை அவரே கொண்டு வருவார். அவர் சாமான்களை வேறு யாரும் தொடச் சம்மதிக்க மாட்டார்."

"நாம் அப்படியல்ல. நீ ஐந்து வயதாயிருக்கும்போதே எல்லாவற்றையும் தூக்கி வருவாயே."

"எனக்கும் தெரியுமே. இதோ, நான் போய்விட்டுக் சீக்கிரம் வந்து விடுகிறேன். நீ இன்னொரு கப் காப்பி சாப்பிடு. இங்கே கணக்கு வைத்திருக்கிறேன்."

சிறுவன் பவளப் பாறைமேல் வெறும் காலுடன் நடந்து தூண்டில் இரை கொண்டுவரச் சென்றான்.

கிழவன் காப்பியைக் கொஞ்சம் கொஞ்சமாகக் குடித்தான். அன்றைக்கு முழுவதும் அதுதான் அவனது ஆகாரம். எனவே குடித்துத்தான் ஆகவேண்டும். ரொம்ப நாளாகவே சாப்பாடு அவனுக்குப் பிடிப்பதில்லை. மீன் பிடிக்கப் போகும்போதும் உணவு கொண்டு செல்வதில்லை. படகின் முன்பக்கம் ஒரு பாட்டிலில் தண்ணீர் இருக்கும். ஒரு நாளைக்கு அது போதும் அவனுக்கு.

சிறுவன் மத்தி மீனையும் இரண்டு தூண்டில் இரையையும் தாளில் பொதிந்து கொண்டு வந்தான். இருவரும் படகை நோக்கிச் சென்றனர். கூழாங்கற்கள் நிரம்பிய மணற்பரப்பின் வழி நடந்து, படகை இழுத்துக் கடலில் நகர்த்தினர்.

"அதிர்ஷ்டம் வரட்டும், தாத்தா" என்றான் சிறுவன்.

"வரும்" என்றான் கிழவன். துடுப்புகளைப் படகின் துளை களில் கயிற்றால் கட்டிவிட்டு, முன்னால் சாய்ந்து துடுப்பின் அலகுகள் நீரில் அமிழ, படகைத் துறைமுகத்திற்கு வெளியே செலுத்தினான். இருள் மறையவில்லை. வேறு துறைகளிலிருந்தும் படகுகள் செல்வது துடுப்பு வலிக்கும் ஒலியில் புரிந்தது. நிலா மலைகளுக்குக் கீழே சென்றுவிட்டதால் அவற்றைப் பார்க்க முடியவில்லை.

எப்போதாவது ஒரு படகில் யாராவது பேசுவது கேட்கும். ஆனால் பொதுவாக எல்லாப் படகுகளும் – துடுப்புகள் இழையும் ஒலியைத் தவிர – மௌனமாகவே சென்றன. துறைமுக வாயிலைத் தாண்டியதும் படகுகள் தனித்தனியாக ஒவ்வொரு திசையை நோக்கிச் செல்லத் தொடங்கின. மீன் கிடைக்கும் என்று அவர்கள் நம்பிய திசையில் படகுகளைச் செலுத்தினர். கிழவன் வெகு தொலைவுக்குப் போக நிச்சயித்திருந்தான். நிலத்தின் மணத்தை விட்டுவிட்டுத் தெளிவான காலைக் கடலின் வாசனையை நோக்கிப் படகைச் செலுத்தினான். மீனவர்கள் ஆழ்கிணறு என்று குறிப்பிடும் பகுதிக்கு அவன் சென்றபோது நீரில் பளபளக்கும் கடல் பாசிகளைக் கண்டான். அந்த இடத்தில் கடலின் ஆழம் அதிகம். நாலாயிரம் அடி இருக்கும். நீரோட்டம் கடல் மட்டத்தை நோக்கிச் சுழன்று செல்வதால் பலவிதமான மீன்கள் அங்கு கூடும். இரால்களும் தூண்டில் மீன்களும் கடமா கூட்டங்களும் வரும்.

இரவில் அவை நீர்மட்டத்திற்கு வரும்போது அங்கு திரியும் பெரிய மீன்களுக்கு இரையாகும்.

இருளினூடே பொழுது விடிந்துகொண்டிருப்பதைக் கிழவனால் உணரமுடிந்தது. படகு செல்லும்போது பறக்கும் மீன்கள் நீரை விட்டு உயரே துள்ளும் சப்தமும், அவற்றின் விறைத்த சிறகுகளின் ஹிஸ்ஸென்ற ஒலியும் கேட்டன. பறக்கும் மீன்களை அவனுக்கு மிகவும் பிடிக்கும். கடலில் அவனது முக்கிய நண்பர்கள் அவை. பறவைகளை – குறிப்பாக சிறிய கரிய பறவைகளை – பார்த்து அவன் இரக்கப்படுவான். எப்போதும் சுற்றிச் சுற்றிப் பறந்தாலும் அவற்றுக்கு உணவு

எதுவும் கிடைப்பதில்லை. நம்மைவிட அவற்றின் வாழ்க்கை சிரமமானது என்று நினைத்தான் அவன். திருட்டுப் பறவைகளும் வலுத்த பறவைகளும் எப்படியோ பிழைத்துக்கொள்ளும். கடல் இவ்வளவு கொடூரமாக இருக்கும்போது இந்தக் குருவிகளை மட்டும் ஏன் இவ்வளவு வலுவற்றவையாக படைத்திருக்கிறான். கடல் இரக்கம் உள்ளவள்தான்; அழகானவள்தான். ஆனால் அவள் சீற்றம் கொள்ளும்போது, நீரில் மூழ்கி இரைதேடும் இந்தச் சிறிய பறவைகள், அவற்றின் சோகம் நிறைந்த மெல்லிய குரலைப்போலவே கடலுக்குப் பொருத்தமற்ற மென்மை கொண்டிருக்கின்றன.

கடலை அவன் ஓர் இளம் பெண்ணாகவே நினைத்தான் – பெரும்பாலான ஸ்பானியர்களைப்போல. சில சமயம் அவர்கள் கடலைப்பற்றி மோசமாகவும் பேசுவார்கள். அப்போதும் அவர்களைப் பொறுத்தவரை கடல் ஒரு பெண்தான்.

மிதவைகளுடன் மீன் பிடித்தும் சுறாமீன் குடல்களை விற்றும் மோட்டார் படகுகள் வாங்கிச் செல்லும் சில இளைஞர்கள் மட்டுமே கடலை ஆணாகக் கருதுவர். அவர்களைப் பொறுத்தவரை அது ஓர் இடம். போட்டியாளன். அல்லது விரோதி. ஆனால் கிழவனுக்கு எப்போதும் கடல் ஒரு பெண்தான். நன்மைகளை வாரி வழங்குபவள். அல்லது மறுத்து விடுபவள். எப்போதாவது சீறவோ, கெடுதல் செய்யவோ நேர்ந்தால் அது அவள் வேறு வழியின்றிச் செய்வது. சந்திர கிரணங்கள் பெண்களின் மனதைப் பாதிக்குமே, அதுபோல் அவை கடலையும் பாதிக்கின்றன என்று நினைத்தான் கிழவன்.

படகைச் சிரமமின்றிச் செலுத்தினான். நீரோட்டமுள்ள ஓரிரு இடங்களைத் தவிரக் கடல் அமைதியாக இருந்தது. அவன் ஒரே சீராகப் படகை ஓட்டினான். நீரோட்டம் அவனுடைய வேலையில் மூன்றிலொரு பங்கைக் கவனித்துக் கொண்டதால்

அவனுடைய வேலை எளிதாயிருந்தது. ஓரளவு விடிந்தபோது, தான் நினைத்ததைவிட அதிக தூரம் வந்துவிட்டதை உணர்ந்தான்.

ஆழக் கிணறாக உள்ள இடங்களில் ஒரு வாரம் முயன்றும் ஏதும் கிடைக்கவில்லை இன்று போனிட்டோ, அல்பகோர் மீன்கள் கூட்டமாக உள்ள இடங்களுக்குச் செல்ல வேண்டும். பெரிய மீன் அவற்றினிடையே இருக்கலாம் என்று நினைத்தான்.

வெயில் வருவதற்கு முன்பே தூண்டில்களை இரையுடன் இறக்கினான். நீரோட்டத்தின் வழி தானாகச் சென்றது படகு. ஒரு தூண்டில் சுமார் 250 அடிவரை இறங்கியது. அடுத்தது நானூறு, மூன்றாவதும் நாலாவதும் நீலக்கடலில் அறுநூறு அடியும் எழுநூற்று ஐம்பது அடியும் இறங்கின. ஒவ்வொரு தூண்டில் நுனியும் இரை மீனின் உள்ளே கொக்கி செலுத்தப்பட்டுக் கட்டித் தைக்கப்பட்டிருந்தது. வளைவும் கூரிய நுனியும் புதிய மத்தி மீனால் மறைக்கப்பட்டிருந்தன. ஒவ்வொரு மத்தி மீனின் கண்களும் கொக்கியால் துளைக்கப்பட்டு சரம்போல் தொங்கியது. தூண்டில் கொக்கிகள் அனைத்துமே பெரிய மீன்களைக் கவர்ந்து இழுக்கும் ருசியும் மணமும் கொண்ட இரையாகத் திகழ்ந்தன.

சிறுவன் தந்திருந்த இரண்டு புதிய சூரை (ட்யூனா) மீன்கள் மிக ஆழம் செல்லும் தூண்டிலில் கட்டப்பட்டிருந்தன. குண்டுகள் போல் அவை தொங்கின. மற்றத் தூண்டில்களில் நீல மீனும் மஞ்சள் மீனும் கட்டப்பட்டிருந்தன. அவை ஏற்கனவே பயன்படுத்தப்பட்டவை எனினும் நல்ல நிலையிலேயே இருந்தன. அத்துடன் நல்ல மத்தி மீனும் மணத்திற்காகவும் வசீகரத்திற்காகவும் இணைக்கப்பட்டிருந்தது. ஒவ்வொரு தூண்டிலும் ஒரு பென்சில் அளவு சுற்றளவில் பச்சை மூங்கிலில் கோர்க்கப்பட்டிருந்தது. தூண்டில் இரையை எந்த மீனாவது கவ்வினால் மூங்கில் மூழ்கும். அதனுடன் இரண்டு 250 அடி நீளக் கயிறு இணைக்கப்பட்டிருக்கும். தேவையானால் தனியாகவும் கயிறுகளை இணைத்துக்கொள்ளலாம். 1800 அடி தூரம்வரை மீன் செல்வதற்குப் போதுமான கயிறு தயாராக இருக்கும்.

படகின் விளிம்பில் இருந்து மூன்று மூங்கில் துண்டுகளையும் கவனித்துக்கொண்டே, தூண்டில்கள் சரியாது நேராக ஆழத்தில் இருக்கும்படி படகைச் செலுத்தினான். நல்ல வெளிச்சம் வந்துவிட்டது. சூரியன் எந்த நிமிஷமும் உதிக்கலாம்.

சூரியன் மெதுவாகக் கடலிலிருந்து எழுந்தது. மற்றப் படகுகள் நீரோட்டத்திற்கேற்பக் கரையையொட்டிப் பரவியிருப்பதைக் கண்டான். சூரிய ஒளி அதிகரித்தது. கடலில் பட்டு மேலெழுந்து அவன் கண்களை ஈட்டி போல் தாக்கியது. அதைப் பார்ப்பதைத் தவிர்த்தபடி படகைச் செலுத்தினான்.

தூண்டில்கள் நேரே கடலின் கரும் ஆழத்தில் வீழ்ந்திருக்கிறதா என்று கவனித்தான். தூண்டில்களை நேராகத் தொங்கவிடுவதில் அவன் மற்றவர்களைவிட அதிகக் கவனம் செலுத்துவான். எவ்வளவு ஆழத்தில் மீன் வந்தாலும் அங்கொரு தூண்டில் காத்துக் கிடக்கவேண்டும். சிலர் தூண்டில்களை நீரோட்டத்தின் போக்கிலேயே விட்டுவிட்டு அது அறுநூறு அடி ஆழத்தில் இருக்கிறது என்று நினைத்துக்கொண்டிருப்பார்கள். உண்மையில் அது முன்னூறு அடிக்கும் குறைவாகவே தொங்கிக்கொண்டிருக்கும்.

நான் அவற்றைத் துல்லியமாக வைத்திருக்கிறேன். எனக்கு அதிர்ஷ்டம்தான் இல்லை. யாருக்குத் தெரியும்? இன்றைக்கு இருக்கலாம். ஒவ்வொரு நாளும் புதிய நாள்தான். அதிர்ஷ்டம் இருப்பது நல்லதே. ஆனால் காரியத்தில் நான் ஒழுங்காக இருக்க வேண்டும். அதிர்ஷ்டம் வரும், அப்போது நீ தயாராய் இருப்பாய்.

இரண்டு மணி நேரத்தில் சூரியன் மிக உயரே போய்விட்டது. இப்போது கிழக்கே பார்ப்பது அவ்வளவு சிரமமாயில்லை. தூரத்தில் கரையையொட்டி மூன்று படகுகள் மட்டுமே தென்பட்டன.

என்றைக்குமே காலைச் சூரியன்தான் என் கண்களைக் கூச வைக்கிறது. மாலையில் எவ்வளவு நேரம் வேண்டுமானாலும் அதை நேரே பார்த்துக்கொண்டிருக்க முடியும். கண்கள் இருளடையாது. சில சமயம் மாலைக் கதிரவனும் கடுமையாக இருக்கும். ஆனாலும் காலையைப் போல் இருக்காது.

அப்போது திருக்கை மீன்களைத் தின்னும் ஒரு பெரிய பறவை தன் கரிய நீண்ட சிறகுகளுடன் முன்னால் பறப்பதைக் கண்டான். திடீரென்று அது சிறகுகளைப் பின்னோக்கி

வளைத்தபடி கீழே பாய்ந்தது. பிறகு மீண்டும் எழும்பி வட்டம் அடிக்கத் தொடங்கியது.

"ஏதோ அதற்குக் கிடைத்திருக்கிறது" என்றான் கிழவன் உரத்த குரலில். "சும்மா ஒன்றும் அது பார்த்துக்கொண்டிருக்க வில்லை."

அவன் படகை மெதுவாக அந்தப் பறவை வட்டமிடும் இடத்தை நோக்கிச் செலுத்தினான். அவன் அவசரப்படவில்லை. தூண்டில்களை மேலும் கீழும் நேராகவும் தொங்கவிட்டிருந்தான். நீரோட்டத்தைச் சற்று நெருங்கியே படகைச் செலுத்தினான். சரியாகத்தான் மீன் பிடித்துக்கொண்டிருக்கிறான். பறவையின் உதவியால் கொஞ்சம் விரைவாகப் பிடிக்கலாம்.

பறவை மேலும் உயரே பறந்து சிறகுகளை அசைக்காமல் வட்டமிடத் தொடங்கியது. மீண்டும் சட்டென்று கீழே பாய்ந்தது. பறக்கும் மீன்கள் நீரிலிருந்து மேலெழும்பி நீர்ப்பரப்பில் அங்குமிங்கும் செல்வதைக் கிழவன் கண்டான்.

"ஓங்கில்" என்றான் கிழவன். "பெரிய ஓங்கில்."

துடுப்புகளைத் தளர விட்டுவிட்டு, படகின் முன்பக்கப் பலகையிலிருந்து சிறிய தூண்டில் கயிற்றை எடுத்தான். அதில் கம்பியும் சிறிய அளவில் கொக்கியும் இருந்தன. ஒரு மத்தி மீனைக் கொக்கியில் தூண்டில் இரையாகச் செருகி, படகின் பக்கமாகக் கடலில் வீசி, பின் பக்கத்தில் இருந்த வளையத்தில் கட்டினான். இன்னொரு தூண்டிலையும் தயார் செய்து படகின் முன்பக்கம் கட்டினான். பழையபடி துடுப்பைச் செலுத்தி, அந்த நீளச் சிறகுடைய கறுப்புப் பறவை நீர்ப்பரப்பின் மேல் சற்று தாழ்ந்து பறப்பதைக் கவனித்துக்கொண்டிருந்தான்.

பார்த்துக் கொண்டிருக்கும்போதே பறவை தன் சிறகை மடக்கித் தண்ணீரில் பாய்ந்து, பறக்கும் மீனைப் பிடிக்க முடியாமல் மீண்டும் சிறகை விரித்துப் பறந்தது. கடலுக்குள்ளிருந்து ஓங்கில் ஒன்று எழுந்து தப்பிய மீனைத் தொடர்ந்ததைக் கிழவன் கவனித்தான். ஓங்கில்கள் நீரைக் கிழித்துக்கொண்டு பறக்கும் மீனுக்குக் கீழாக விரைந்தன. மீன்கள் நீருக்குள் விழுந்ததும் அவற்றை நோக்கி விரைந்தன. நிறைய ஓங்கில்கள் இருக்கின்றன என்று எண்ணிக்கொண்டான் கிழவன். பரவலாக இருக்கின்றன. மீனுக்குத் தப்பிக்க வழியில்லை. பறவைக்கும் ஏமாற்றம்தான். பறவையைவிட, பறக்கும் மீன் மிகப்பெரியது. மிக வேகமாகச் செல்லக் கூடியது.

பறக்கும் மீன்கள் திரும்பத் திரும்பக் கடல் மட்டத்திலிருந்து எழும்பிக் குதிப்பதையும், அதைப் பிடிக்க முடியாமல் பறவை

எர்னெஸ்ட் ஹெமிங்வே

திணறுவதையும் கிழவன் கவனித்தான். மீன் கூட்டம் இடம் மாறிவிட்டது என்று நினைத்தான். மிக வேகமாக நெடுந்தூரம் சென்றுவிட்டன. ஏதோ, பின் தங்கிய ஒன்றிரண்டைப் பிடிக்கலாம். ஒருவேளை எனது பெரிய மீனும் அவற்றின் மத்தியில் இருக்கலாம். நிச்சயம் இந்தப் பக்கத்தில் எங்கோதான் இருக்கும்.

கரைக்கு உயரேயிருந்த மேகங்கள் இப்போது மலைபோல் எழுந்தன. கரை ஒரு நீண்ட பசிய கோடாகக் காட்சியளித்தது. அதன் பின்னே மங்கலான நிலக் குன்றுகள். கடல் நீர் இப்போது கருநீலமாக, கிட்டத்தட்ட ஊதாவாக மாறிவிட்டது. அதனுள்ளே பார்த்தபோது நுண்ணிய சிவப்பு பிளங்க்டன் ஊர்வதையும் சூரியனின் மங்கிய கிரணங்களையும் கண்டான். தன் தூண்டில்கள் நேராகக் கீழே சென்று மறைவதைப் பார்த்து அவனுக்கு மகிழ்ச்சி ஏற்பட்டது. நிறைய பிளங்க்டன் இருந்தால் அங்கே பெரிய மீன் நிச்சயமாக இருக்கும். சூரியன் நேர் உச்சியில் இருப்பதும் அதன் கதிர்கள் நீரில் விசித்திர ஒளியைக் காட்டுவதும் அருமையான கால நிலைக்கு அடையாளம். மேகத்தின் அழகிய வடிவங்களும் அதையே காட்டுகின்றன. அந்தப் பறவை இப்போது கண்ணுக்குத் தென்படவில்லை. உலர்ந்த மஞ்சள் நிறக் கடல்பாசிகள் நீர் மட்டத்தில் மிதந்தன. படகின் பக்கம் பழுப்பு நிறத்துடன் வானவில் வண்ணங்கொண்ட தளதளத்த திருக்கை மீன் ஒன்று கொப்புளம் போல் ஊர்ந்து வந்தது. ஒரு தடவை மல்லாந்து பின் நிமிர்ந்தது. மூன்றடி நீள வாலுடன் குமிழிபோல் மிதந்தது.

"சிறுக்கி மீன்" என்றான் கிழவன்.

துடுப்புகளில் சாய்ந்த படி, ஊதா நிற உதிரி மீன்கள் அதன் வாலடியில் உருவாக்கும் குமிழிகளின் இடையேயும் நீந்துவதைக் கண்டான். உதிரி மீன்களை அதன் விஷம் பாதிக்காது. ஆனால் மனிதர்களைக் கடுமையாகத் தாக்கும். மீன்களைப் பதம் செய்து கொண்டிருக்கும்போது இதன் விஷச் செதில்கள் ஒட்டிக் கொண்டு மனிதர்களின் கைகளில் விஷக்கடி போல் கொப்புளங்களையும் புண்களையும் ஏற்படுத்தும். சவுக்கடி போல் வலிக்கும்.

இந்த வண்ணக் குமிழிகள் அற்புதமானவை. அவற்றின் தோற்றம் பொய்யானது. கடல் ஆமைகள் அவற்றைத் தின்பதைக் கண்டு கிழவன் மகிழ்ச்சியடைவான். ஆமைகள் அவற்றைப் பார்க்கும்; முன்பக்கமாக நெருங்கும்; கண்ணை மூடிக்கொண்டு வால் எல்லாவற்றையும் சேர்த்து ஒரே மிடறில் விழுங்கிவிடும். கிழவனுக்கு ஆமைகள் அவற்றைத் தின்பதைக் காண மிகவும் பிடிக்கும். புயலுக்குப்பின் கரையில் ஒதுங்கும் இந்தக் குமிழிகள் மேல் அவன் பூட்ஸ் காலுடன் நடக்கும்போது 'டப்' என்று அவை வெடிக்கும் சப்தமும் அவனுக்குப் பிடிக்கும்.

பெருந்தலை ஆமைகளிடம் அவனுக்குப் பிரியம். வேகமும் திறமையும் கொண்ட கழுகு மூக்குப் பறவையையும் பிடிக்கும். ஆனால் பெரிய அசட்டு பெருந்தலை ஆமை மஞ்சள்நிற மேல் ஓடும், விசித்திரமான காதல் விளையாட்டும், கண்களை மூடிக்கொண்டு விஷம் நிறைந்த திருக்கை மீன்களை தின்பதையும் பார்க்கும்போது அவனுக்கு நட்பு கலந்த ஓர் அருவருப்பு ஏற்படும்.

கடலாமைகள் அவனுக்கு வியப்பு அளித்ததில்லை. பல ஆண்டுகள் ஆமை வேட்டைக்கும் சென்றிருக்கிறான். படகைவிட நீளமான, ஒரு டன் எடையுள்ள பெரிய ஆமைகள் உட்பட. பொதுவாக ஆமைகள் மேல் அவனுக்கு ஓர் அனுதாபம் உண்டு. ஆமைகள் விஷயத்தில் நிறையப் பேர் இரக்கமின்றியே நடந்து கொள்கின்றனர். ஆமையை வெட்டித் துண்டுபோடும் போதும் அதன் இதயம் துடித்துக் கொண்டிருக்கும். எனக்கும் அதே மாதிரி

இதயம்தான்; என் கால்களும் கைகளும் அவற்றைப் போன்றதே என்று நினைத்தான் கிழவன். உடம்பில் பலம் கிடைப்பதற்காக அதன் வெள்ளை முட்டைகளைத் தின்பான். மே மாதம் வரை அவற்றைச் சாப்பிடுவான். செப்டம்பர் – அக்டோபரில் பெரிய மீனைப் பிடிக்கும் சக்தி அப்போதுதான் கிடைக்கும்.

மீனவர்கள் தங்கள் கருவிகளை வைத்திருக்கும் குடிசையில் ஒரு பெரிய பீப்பாயில் சுறா மீனெண்ணெய் இருக்கும். கிழவன் தினசரி காலையில் அதிலிருந்து ஒரு கப் எண்ணெய் குடிப்பான். யாருக்கு விருப்பமோ அவர்கள் குடிக்கலாம். நிறையப் பேருக்கு அதன் ருசி பிடிப்பதில்லை. ஆனால் அவர்கள் எழுந்திருக்கும் காலை நேரத்தைவிட அது மோசமில்லை. அத்துடன் குளிருக்கும் வயிற்று வலிக்கும் கண் பார்வைக்கும் அது நல்லது.

இப்போது கிழவன் உயரே பார்த்தபோது அந்தப் பறவை மீண்டும் வட்டமிட்டுக் கொண்டிருக்கிறது.

"அது மீனைப் பார்த்துவிட்டது" என்றான் கிழவன் உரக்க. பறக்கும் மீன்கள் எதுவும் நீர்ப்பரப்பை விட்டு வெளியே குதிக்கவில்லை. தூண்டில் இரைகள் அசையவில்லை. ஆனால் கிழவன் பார்த்துக்கொண்டிருக்கும்போதே ஒரு சூரை மீன் நீரிலிருந்து உயரே எழும்பி, திரும்பி, சூரிய ஒளியில் வெள்ளியாய் மின்னியபடி தலைகீழாக நீருக்குள் விழுந்தது. தண்ணீரில் மூழ்கியதும் அதைத் தொடர்ந்து ஒன்றன்பின் ஒன்றாய்ப் பல மீன்கள் வெளியே துள்ளி, பல திசைகளில் திரும்பிக் கடலில்

வீழ்ந்து நீரைக் கலக்கின. நீண்ட பாய்ச்சல்களில் தூண்டிலைச் சுற்றி வட்டமிட்டன.

அவ்வளவு விரைவாக அவை செல்லாவிட்டால் அவற்றைப் பிடித்து விடலாம் என்று நினைத்தான் அவன். மீன் கூட்டம் கடல் நீரை வெண்மையாக்கியது. இந்தச் சந்தடியில் தூண்டில் மீன் நீர்ப்பரப்புக்கு வந்துவிட, பறவை தாழ்ந்து பறந்து அதைக் கொத்தியது.

"பறவை ஒரு பெரிய உதவிதான்" என்றான் கிழவன். படகின் பின்பக்கம் அவன் காலில் அழுந்தியிருந்த தூண்டில் கயிறு சட்டென இறுகிக்கொண்டதும், துடுப்புகளை வைத்துவிட்டு தூண்டிலை மெதுவாக இழுக்க ஆரம்பித்தான். சூரையின் கனத்தையும் நடுக்கத்தையும் உணர முடிந்தது. கயிற்றைப் பலமாகப் பிடித்தபடி இழுக்கத் தொடங்கினான். இழுக்க இழுக்க மீனின் நடுக்கம் அதிகரித்தது. இப்போது அதன் நீலநிற முதுகும் தங்கநிறப் பக்கங்களும் வெளிப்பட்டன. படகின் பக்கமாக அதை இழுத்துப் படகினுள் வீசினான். அது படகின் பின்புறம் சூரிய ஒளியில் விழுந்தது. துப்பாக்கி குண்டு போலிருந்தது அதன் உடல். நீண்ட துடிக்கும் வாலால் படகின் பலகைகளை மாறிமாறிப் பலமாக அடித்தது. கிழவன் அதன் தலையைத் தாக்கினான். உதைத்தான். துடித்துக்கொண்டே உயிர்விட்டது அது.

"அல்பகோர் மீன்" என்று கத்தினான் கிழவன். "தூண்டில் இரையாக பயன்படும். பத்து பவுண்டாவது இருக்கும்."

தனியாக இருக்கும்போது உரக்கப் பேசும் பழக்கம் தனக்கு எப்போது ஏற்பட்டது என்று அவனுக்கு நினைவில்லை. பழைய நாட்களில் தனியாக இருக்கும்போது பாட்டுப் பாடுவான். கடலில் சிறிய படகில் ஆமை வேட்டைக்குப் போகும்போதும் பாடுவது உண்டு. அந்தப் பையன் தன்னை விட்டுப் போன

பிறகுதான் இப்படித் தனியாக இருக்கும்போது பேசும் பழக்கம் வந்திருக்கும். அவனுக்குச் சரியாக நினைவில்லை. அவனும் பையனும் சேர்ந்து மீன் பிடிக்கும்போதுகூட எப்போதாவது, தேவைப்படும்போதுதான் பேசிக்கொள்வார்கள். அதுவும் இரவில் அல்லது வானிலை மோசமாகிப் புயல்வீசும் சமயங்களில்தான். கடலில் அனாவசியமாகப் பேசிக்கொண்டிருப்பது நல்லதல்ல. கிழவன் அதைக் கடைப்பிடித்தான். ஆனால் இப்போது அவன் தன் எண்ணங்களைப் பலதடவை உரக்கவே பேசிக்கொள்கிறான். குறுக்கிட வேறு யாரும் இல்லையே.

"நான் இப்படிப் பேசிக் கொள்வதை யாராவது பார்த்தால் எனக்குப் பைத்தியம் என்பார்கள்" என்றான் உரக்க. "ஆனால் நான் ஒன்றும் பைத்தியம் அல்ல. எனவே அதைப்பற்றி எனக்குக் கவலையில்லை. பணக்காரர்களின் படகில் ரேடியோ இருக்கும். அது பேசிக்கொண்டிருக்கும். பேஸ்பால் செய்திகளைக் கூறும்."

பேஸ்பால் பற்றி நினைக்க இதுவா சமயம்? இப்போது ஒரே ஒரு விஷயத்தைப் பற்றித்தான் யோசிக்க வேண்டும். நான் எதற்காக வாழ்கிறேனோ அதைப் பற்றி மட்டும். இந்த மீன் கூட்டத்தின் நடுவே ஒரு பெரிய மீன் இருக்கும் என்று நினைத்தான் அவன். உணவு தேடிய அல்பகோர் மீன்களில் தப்பித்தவறி வந்த ஒன்றைத்தான் பிடித்தேன். ஆனால் அவை தூரத்தில் மிக வேகமாகச் செல்கின்றன. நீர்ப்பரப்பில் தெரிபவை எல்லாம் இன்று ஏனோ வேகமாக நகர்கின்றன, வடகிழக்கை நோக்கி. ஏன்? இந்த நேரத்தில் அப்படித்தான் செல்லுமோ? அல்லது எனக்குப் புரியாத காலநிலை மாற்றத்தின் காரணமாகவா?

பசுமையான கடற்கரை இப்போது கண்ணுக்குத் தெரியவில்லை. நீல மலைகளின் பனி மூடியது போன்ற வெள்ளைச் சிகரங்களையும் அவற்றுக்கு உயரே மேகக் கூட்டங்களையுமே பார்க்கமுடிகிறது. கடல் கறுப்பாக இருக்கிறது. சூரிய ஒளி அதைக் கண்ணாடித் துண்டுகள் போல் பளிச்சிடச் செய்கிறது. சூரியன் உச்சிக்கு வந்து விட்டதால் நூற்றுக்கணக்கான பிளாங்க்டன்களின் ஒளியைக் காண முடியவில்லை. தூண்டில் கயிறு கீழே ஒரு மைல் ஆழத்துக்குச் செல்கையில் நீலக்கடலில் கண்ணாடிச் சிதறல்களை மட்டுமே கண்டான்.

சூரை மீன்கள் தென்பட்டன. அந்த வகை மீன்களைப் பொதுவாக சூரை என்றே அழைப்பர். அதை விற்கும்போதோ, தூண்டில்களில் இணைக்கும்போதோ மட்டும் அதற்குத் தனித்தனிப் பெயர்களைப் பயன்படுத்துவர். வெயில் அதிகரித்தது. படகைச் செலுத்தும்போது கழுத்தில் உஷ்ணத்தை உணர்ந்தான். முதுகில் சொட்டுச் சொட்டாக வியர்வை அரும்பியது.

படகை மெதுவாக மிதந்து செல்ல விடலாம். சற்றுத் தூக்கம் போடலாம் என்று நினைத்தான் அவன். கயிற்றுச் சுருக்கைக் காலில் சுற்றிக் கொண்டால் அது என்னை எழுப்பிவிடும். ஆனால் இன்று எண்பத்தைந்தாவது நாள். நிறைய மீன்பிடிக்க வேண்டும்.

அப்போது தூண்டில் கயிற்றுடன் இணைத்திருந்த பச்சைக் குச்சி திடீரென மூழ்குவதைக் கண்டான்.

"அதுதான் அதுதான்" என்று சொல்லிக்கொண்டே துடுப்புகள் படகில் இடிக்காதபடி வலித்தான். தூண்டில் கயிற்றை வலதுகைப் பெருவிரலுக்கும் சுட்டு விரலுக்கும் இடையே வைத்துக்கொண்டான். அதில் அழுத்தமோ கனமோ தெரியவில்லை. அழுத்தமின்றிப் பிடித்துக்கொண்டிருந்தான். மீண்டும் அது புலப்பட்டது. ஒரு சாதாரண இழுப்பு, வலுவில்லை, கனமில்லை. அது என்னவென்று அவனுக்குத் தெரியும். அறுநூறு அடிகளுக்குக் கீழே ஒரு ஈட்டி மீன் தூண்டில் முள்ளை மூடியுள்ள மத்தியைத் தின்கிறது. அதன் இணைப்பிலுள்ள கூரை மீனின் தலைவழியே கையால் வளைத்த கொக்கி நீண்டுகொண்டிருக்கிறது.

தூண்டில் கயிற்றை மெதுவாக லாகவமாக இடது கையில் பிடித்துக்கொண்டிருந்தான் கிழவன். கொஞ்சம் கொஞ்சமாக விட்டுக் கொடுத்தான். இப்போது அதை விரல்கள் வழியே, மீன் எந்த அதிர்வையும் உணராதபடி, விட்டுக்கொடுக்க முடியும்.

இவ்வளவு ஆழத்தில் இருப்பது ஒரு பெரிய மீனாகத்தான் இருக்கும் என்று அவன் நினைத்தான். தின்னு மீனே தின்னு. அவற்றைச் சாப்பிடு. அறுநூறு அடிக்குக் கீழே இருட்டில் குளிர்ந்த நீரில் உனக்கு எத்தனை நல்ல உணவு பார். ஒரு சுற்றுச் சுற்றிவிட்டுத் திரும்ப வந்து அதைச் சாப்பிடு.

ஒரு லேசான இழுப்பை உணர்ந்தான். தொடர்ந்து பலமான இழுப்பு. மத்தி மீனின் தலையைக் கொக்கியிலிருந்து கடித்திழுப்பது சற்றுச் சிரமம்தான். அப்புறம் சலனமில்லை.

"வா" என்றான் கிழவன் உரக்க. "இன்னொரு முறை முயற்சி செய். மோந்து பார். நன்றாக இல்லையா? இப்போதே சாப்பிட்டுப் பார். பிறகு சூரை மீன் இருக்கிறது. கெட்டியாக, குளிர்ந்து, அழகாக. வெட்கப்படாதே. எல்லாவற்றையும் சாப்பிடு."

கயிற்றைப் பெருவிரலாலும் சுட்டு விரலாலும் பிடித்தபடி காத்திருந்தான். அதே சமயம் மற்றக் கயிறுகளையும் கவனித்தான். மீன் மேலும் கீழும் சென்றிருக்கலாம். பின் அந்தப் பழைய மெல்லிய இழுப்பை உணர்ந்தான்.

"அதை எடுத்துக் கொள்" என்றான் உரக்க. "கடவுளே, அதை எடுத்துக்கொள்ளச் செய்."

மீன் இரையை எடுத்துக்கொள்ளவில்லை. போய் விட்டது. கிழவன் எதையும் உணரவில்லை.

"அது போயிருக்காது" என்றான் அவன். "இயேசுவுக்குத் தெரியும், அது போயிருக்காது. ஒரு சுற்றுச் சுற்றிவிட்டு வரும். ஒருவேளை இதற்குமுன் தூண்டில் முள்ளில் அகப்பட்ட அனுபவம் அதற்கு நினைவிருக்கிறதோ என்னமோ."

அப்போது தூண்டிலை மீன் லேசாகத் தொடுவதை உணர்ந்தான். சந்தோஷப்பட்டான்.

"இனி அதன் பாடு. அது இரையை எடுத்துக் கொள்ளும்."

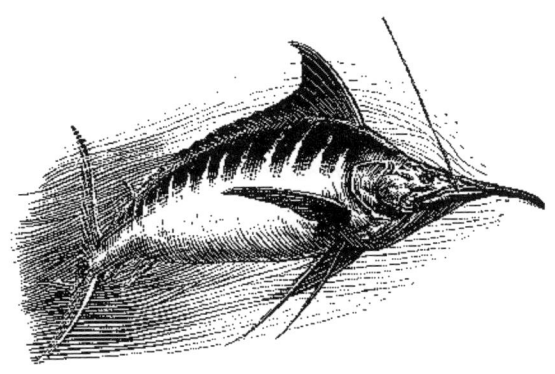

இலேசான இழுப்பு அவனுக்கு மகிழ்ச்சி அளித்தது. உடனே அது பலமாகவும் நம்பமுடியாத அளவு கனமாகவும் மாறியது. மீனின் கனம் அது. கயிற்றைக் கீழே கீழே கீழே என தயாராகச் சுற்றி

வைத்திருந்த இரண்டு சுருள்களில் ஒன்றை விட்டுக் கொடுத்தான். கிழவனின் கைவிரல்கள் வழி அது ஒழுகிக் கீழே செல்லும்போது, அதன் கனத்தை உணர்ந்தாலும் அவன் விரல்களுக்கு அது புலப்படவில்லை.

"எத்தகைய மீன்" என்றான் அவன். "தூண்டில் முள் அதன் வாயின் பக்கவாட்டில் சிக்கிக் கொண்டது. அதோடுதான் அது செல்கிறது."

இனி, மீன் திரும்பி அதை விழுங்கிவிடும் என்று நினைத்தான். ஆனால் வாய்விட்டுச் சொல்லவில்லை. ஒரு நல்ல விஷயத்தை உரக்கச் சொன்னால் பலிக்காமல் போய்விடலாம். இது எவ்வளவு பெரிய மீன் என்றும், வாயில் சூரை மீனுடன் இருட்டில் அது விரைகிறது என்றும் அவனுக்குத் தெரியும். அதே நொடி அது நீந்துவதை நிறுத்தியதை உணர்ந்தான். கனம் அப்படியே இருந்தது. மீண்டும் அதிகரித்தது. கயிற்றை மேலும் விட்டுக் கொடுத்தான். ஒரு வினாடி விரல்களை மேலும் அழுத்தியதும் கனம் அதிகரித்து நேராகக் கீழ் நோக்கிச் சென்றது.

"இரையை எடுத்துக் கொண்டது. இனி அதைத் தின்னட்டும்."

கயிற்றை மேலும் நெகிழ விட்டு, இடது கையால் கீழிருந்து தயாராக வைத்திருந்த சுருள் ஒன்றுடன் இன்னொரு தூண்டில் முனையை இணைத்தான். இப்போது அவன் தயார் நிலையில் இருந்தான். அவனிடம் இருநூற்றம்பைது அடி நீளக் கயிறுகளில் மூன்று இருந்தன – தற்போது உபயோகித்துக் கொண்டிருப்பது போக.

"இன்னும் கொஞ்சம் சாப்பிடு. நன்றாகச் சாப்பிடு."

நன்றாகச் சாப்பிடு; கொக்கி உன் இதயத்துக்குள் நுழைந்து உன்னைக் கொல்ல வேண்டும் என்று நினைத்தான். மெதுவாக மேலே எழும்பி வா. ஈட்டியை உன்மேல் செலுத்துகிறேன். நல்லது. நீ தயார்தானே? திருப்தியாகச் சாப்பிட்டாயா?

"இதோ" என்று சொல்லிக்கொண்டே இருகரங்களாலும் கயிற்றைப் பற்றி இழுத்தான். மூன்று அடி நீளம் வந்தது. மேலும் மேலும் இழுத்தான். முழு பலத்துடன் உடலின் சக்தியெல்லாம் ஒருங்கிணைத்து மாறி மாறிக் கயிற்றை இழுத்தான்.

ஒன்றும் நடக்கவில்லை. மீன் மெதுவாக அகன்று விட்டது. அவனால் அதை ஓர் அங்குலம்கூட மேலே கொண்டு வர முடியவில்லை. அவனுடைய கயிறு பலமானதுதான். இதுபோன்ற பெரிய மீன்களைப் பிடிப்பதற்காகத் தயாரானது. அதைத் தன் முதுகில் மிகப் பலமாக அழுத்தியதில் விடைத்த கயிற்றில் நீர்த்

துளிகள் தெறித்தன. பிறகு அது நீரில் ஹிஸ்ஸென்ற ஒலியை எழுப்பியது. படகின் பெஞ்சின்மேல் காலை ஊன்றி உடம்பைப் பின்னுக்குத் தள்ளி இழுப்பைச் சமாளித்தான். படகு மெதுவாக வடமேற்கை நோக்கி நகரத் தொடங்கியது.

மீன் நிதானமாக நேராகச் சென்று கொண்டிருந்தது. அமைதியான கடலில் இருவரும் மெதுவாகப் பயணித்தனர். மற்ற தூண்டில்கள் இன்னும் தண்ணீரிலேயே இருந்தன. ஆனால் அவற்றை ஒன்றும் செய்வதற்கில்லை.

"சிறுவன் மட்டும் என்கூட இருந்தால் நன்றாய் இருக்கும்" என்றான் உரக்க. "ஒரு மீன் என்னை இழுத்துச் செல்கிறது.

நான்தான் அதனுடன் செல்கிறேன். கயிற்றை நீளமாக விட்டுக் கொண்டிருக்கலாம். ஆனால் அது கயிற்றை அறுத்துவிடும். என்னால் முடிந்தவரை இப்படி இழுத்துப் பிடித்துக்கொண்டிருப்பேன். தேவையானால் கயிற்றை விட்டுக் கொடுக்கலாம். நல்லவேளை, அது நேராகச் செல்கிறது; கீழ் நோக்கிச் செல்லவில்லை."

கீழ் நோக்கிச் செல்ல அது விரும்பினால் நான் என்ன செய்ய முடியும்? எனக்குத் தெரியவில்லை. அது இறந்துபோய் விட்டால் நான் என்ன செய்ய முடியும் தெரியவில்லை. ஆனால் ஏதாவது செய்துதான் ஆகவேண்டும். தான் செய்வதற்கும் நிறைய வழிகள் இருக்கின்றன.

கயிற்றை முதுகோடு சேர்த்துப் பிடித்தான். அது சற்றுத் தொய்யத் தொடங்கியதும் படகு வடமேற்கு நோக்கி நேராகச் சென்றது.

இது அதைக் கொன்றுவிடும் என்று நினைத்தான். இப்படியே போய்க்கொண்டிருக்க முடியாது. ஆனால் நான்கு மணி நேரம் கழிந்தும் மீன் இன்னும் படகை இழுத்தபடி நேராகக் கடலை நோக்கி நீந்திக்கொண்டிருக்கிறது. அவன் கயிற்றை முதுகோடு பிணைத்துக்கொண்டு திடமாகக் காத்திருந்தான்.

"அவன் சிக்கியபோது மதியம் இருக்கும். இன்னும் அவன் கண்ணில் தட்டுப்படவில்லை."

தூண்டிலில் மீன் சிக்குவதற்கு முன்பே அவன் தன் தொப்பியைத் தலையில் அழுத்தி இறக்கியிருந்தான். நெற்றியை அது இப்போது அழுத்திக்கொண்டிருக்கிறது. தாகம் வேறு. கயிற்றைச் சுண்டி இழுத்துவிடாமல் கவனமாக முழங்காலில் மண்டியிட்டு படகின் முன்பகுதிவரை ஊர்ந்து ஒரு கையால் அருகிலிருந்த தண்ணீர்க் குப்பியை எடுத்தான். அதைத் திறந்து ஒரு மிடறு குடித்தான். முன்பக்கப் பலகையில் சற்று இளைப்பாறி, பாய்மரத்தின் படியற்ற பகுதியில் அமர்ந்து, எதைப் பற்றியும் சிந்திக்காது பொறுமையுடன் காத்திருந்தான்.

பின்னால் திரும்பியபோது கரை அவன் கண்ணுக்குத் தென்படவில்லை. அதில் கவலைப்படுவதற்கொன்றுமில்லை. ஹவானா நகர விளக்குகளின் ஒளியைப் பார்த்துக்கொண்டே திரும்பிவந்துவிட முடியும். சூரியன் மறைய இன்னும் இரண்டு மணி நேரத்துக்கு மேல் இருக்கிறது. மீன் அதற்குள் மேலே வந்துவிடும். இல்லாவிட்டால் நிலா தோன்றும்போது வரலாம். அப்போதும் வராவிட்டால் சூரியன் உதிக்கும்போதாவது வந்துவிடும். எனக்கு மரத்துப் போகவில்லை. உறுதியாகவே இருக்கிறேன். மீனுக்குத்தான் வாயில் கொக்கி மாட்டியிருக்கிறது. இப்படி இழுத்துச் செல்கிறதே, எப்படிப்பட்ட மீனாக இருக்கும்

அது. கம்பி அதன் வாயை அழுத்தி மூடியிருக்கும். இப்போது அதைப் பார்க்க வேண்டுமே. ஒரு தடவைப் பார்த்தால் போதும். இவ்வளவு பாடு படுத்தும் மீன் எப்படியிருக்கிறது என்று பார்க்க வேண்டும்.

இரவு முழுவதும் மீன் தன் பாதையையோ திசையையோ மாற்றிக்கொள்ளவில்லை. நட்சத்திரங்களைப் பார்த்துக்கொண்டே வந்ததில் அவனுக்கு இது புரிந்தது. சூரியன் மறைந்த பின் குளிர் அதிகரித்தது. அவன் முதுகிலும் கையிலும் காலிலும் இருந்த வியர்வை உறைந்துவிட்டது. பகலில் தூண்டில் இருந்த பெட்டியை மூடியிருந்த கோணித் துணியை உலர்வதற்காக வெயிலில் பரப்பியிருந்தான். சூரியன் மறைந்ததும் அதைத் தன் கழுத்தைச் சுற்றிக் கட்டிக்கொண்டான். அது அவன் முதுகில் தொங்கியது. மெதுவாக அதைத் தோளில் பிணைந்திருந்த தூண்டில் கயிற்றின் அடியே நுழைத்தான். துணி கயிற்றுக்குப் பாதுகாப்பாக இருந்தது. அவனால் படகின் ஓரத்தில் குனிவதற்கும் முடிந்தது. ஓரளவு பொறுத்துக்கொள்ள முடியாத நிலைதான் என்றாலும் அவனுக்கு அது மிக சௌகரியமாக இருந்தது.

என்னால் அதை ஒன்றும் செய்துவிட முடியாது. அதுவும் என்னை எதுவும் செய்துவிடாது என்று நினைக்கிறேன், இப்படியே போய்க்கொண்டிருந்தால்.

ஒரு தடவை அவன் எழுந்து நின்று படகின் பக்கவாட்டில் சிறுநீர் கழித்துவிட்டு, நட்சத்திரங்களைக் கவனித்து, தான் செல்லும் பாதையை நிச்சயப்படுத்திக்கொண்டான். கயிறு அவன் தோளிலிருந்து தண்ணீர்வரை ஒளிக் கோடாகத் தெரிந்தது. அவர்கள் இப்போது மிக மெதுவாகச் செல்கிறார்கள். ஹவானா நகர வெளிச்சம் மங்கலாயிருக்கிறது. எனவே நீரோட்டம்தான் அவர்களைக் கிழக்கு நோக்கி இழுத்துச் செல்கிறது என்று புரிந்துகொண்டான். ஹவானா வெளிச்சம் மறைந்து விட்டால் கிழக்கே நெடுந்தூரம் போய்விட்டோம் என்று அர்த்தம் என எண்ணிக்கொண்டான். மீனின் போக்கு ஒரே மாதிரியாக இருந்தால் நகரின் ஒளியை இன்னும் சிலமணி நேரம் பார்க்க முடியும். இன்றைய பேஸ்பால் விளையாட்டில் யார் ஜெயித்திருப்பார்கள்? ஒரு ரேடியோ இருந்தால் எவ்வளவு அருமை யாக இருக்கும். அதைப்பற்றி இப்போது என்ன யோசனை? நடக்க வேண்டிய வேலையைப் பார். மடத்தனமாக எதையாவது செய்யாதே.

"இதையெல்லாம் பார்க்கவும் எனக்கு உதவவும் சிறுவன் மட்டும் இப்போது இங்கு இருந்தால்..." என்று உரக்கவே சொல்லிக் கொண்டான்.

வயது காலத்தில் யாருமே தனிமையில் இருக்கக்கூடாது என்று நினைத்தான். ஆனால் அது தவிர்க்க முடியாதது. சூரை கெட்டுப் போவதற்கு முன் அதைச் சாப்பிட்டுவிட வேண்டும். பலம் வேண்டும். எவ்வளவு சாப்பிட வேண்டுமோ அதைக் காலையில் சாப்பிட்டு விடு. மறந்து விடாதே.

இரவில் இரண்டு சிறிய ஓங்கில்கள் படகைச் சுற்றி வந்தன. அவை நீரில் உருள்வதையும் கத்துவதையும் கவனித்துக்கொண் டிருந்தான். ஆண் ஓங்கிலின் உச்சக் குரலையும் பெண்ணின் மென்மையான ஒலியையும் அவனால் இனம் காணமுடிந்தது.

"எவ்வளவு அழகான பிராணிகள்" என்றான் அவன். "விளையாடி, கேலி செய்து, காதல் புரிகின்றன. பறக்கும் மீன்களைப் போல் இவையும் நம் சகோதரர்கள்தாம்."

பின், தூண்டிலில் அகப்பட்ட பெரிய மீனைப் பற்றிக் கவலைப்படத் தொடங்கினான். எவ்வளவு அற்புதமானது. பலமிக்கது. என்ன வயதிருக்கும் என்று யாருக்குத் தெரியும். இத்தனை பலசாலியான, விசித்திரமாக இயங்கக்கூடிய மீனை நான் பார்த்ததே இல்லை. துள்ளிக் குதிக்கக்கூடாது என்ற அறிவு அதற்கிருக்கிறது. அது துள்ளினாலோ வெகு வேகமாக நீந்தினாலோ எனக்கு ஆபத்துத்தான். ஒருவேளை இதற்கு முன்னர் தூண்டிலில் அகப்பட்டிருந்திருக்குமோ? போராட இதுதான் வழி என்று அதற்குத் தெரிந்திருக்கும். தனது எதிரி ஒரே ஒரு மனிதன், அதிலும் கிழவன், என்று அதற்குத் தெரிந்திராது. ஆனால் எப்பேர்ப்பட்ட மீன் இது. அதன் சதை நன்றாக இருந்தால் சந்தையில் என்ன விலைக்குப் போகும்? அது ஒரு ஆணைப்போல இரையைக் கவ்வியிருக்கிறது. ஆணைப்போல இழுத்துச் செல்கிறது. அதன் செய்கையில் பயம் தென்படவில்லை. அது ஏதாவது திட்டம் வைத்திருக்கிறதா, அல்லது என்னைப்போல செய்வதறியாது திகைத்திருக்கிறதா?

எர்னெஸ்ட் ஹெமிங்வே

ஒரு தடவை இரண்டு ஈட்டி மீன்களில் ஒன்று அவன் தூண்டிலில் சிக்கியது அவன் நினைவுக்கு வந்தது. ஆண் மீன் பொதுவாக பெண்ணைத்தான் முதலில் இரையைத் தின்னச் செய்யும். தூண்டில் முள்ளில் சிக்கிய பெண் மீன் துடித்து, துள்ளி, தாவித் தப்ப முயன்றது. தளர்ந்தது. அதுவரை பார்த்துக்கொண்டிருந்த ஆண் மீன் அதோடு இருந்து தூண்டிலை வட்டமிட்டு குறுக்கும் நெடுக்குமாகப் பாய்ந்து நீர் மட்டம்வரை வந்துவிட்டது. தூண்டில் கயிற்றை வால்கொண்டு அறுத்து விடுமோ என்று கிழவன் அஞ்சினான். அதன் வால் அரிவாள் மாதிரி – அதே அளவு – கூர்மையாக இருந்தது. கிழவன் பெண்மீனை ஈட்டியால் குத்தித் தடியால் தலையில் அடித்துக் குத்துவாள் போன்ற மூக்கை அழுத்திப் பிடித்தபோது அதன் நிறம் கண்ணாடியின் பின்பக்கம் பூசிய ரசம்போல மாறியது. சிறுவனின் உதவியுடன் அதைப் படகுக்குள் இழுத்துவிட்ட பின்னும் ஆண் மீன் படகின் பக்கமாகவே வந்து கொண்டிருந்தது. கிழவன் தூண்டில் கயிறுகளை எடுத்து வைக்கும் போது ஆண்மீன் மேலே எழும்பி அவள் எங்கே என்று பார்த்துவிட்டு, கத்திரிப்பூ நிறமும் வரிகளும் வெளிப்பட மீண்டும் தன் இறகை விரித்தபடி நீருக்குள் மூழ்கியது. அது மிகவும் அழகாயிருந்தது என்பது அவனுக்கு நினைவிருக்கிறது. அது மட்டும் உயிர் பிழைத்துக்கொண்டது.

தான் பார்த்ததிலேயே மிகவும் சோகமான நிகழ்ச்சி அதுதான் என்று நினைத்தான் கிழவன். சிறுவனுக்கும் வருத்தம்தான். மன்னிப்புக் கேட்டுக்கொண்டே பெண் மீனை அறுத்து முடித்தார்கள்.

"பையன் இருந்திருந்தால் நன்றாயிருக்கும்" என்று உரக்கவே சொன்னான் கிழவன். படகு முனையின் வட்டச் சட்டத்தில் அமர்ந்துகொண்டு, தோளில் இணைத்த கயிறு மூலம் மீனின் வலிமையை உணர்ந்தான். தான் நிச்சயித்திருக்கும் இலக்கை நோக்கி அது விரைந்துகொண்டிருந்தது.

தன் சதிக்கு எதிராக மாற்று ஏதாவது செய்ய வேண்டும் என்று அந்த மீன் எண்ணியிருக்கலாம்.

அது வலைகளுக்கும் பொறிகளுக்கும் துரோகத்துக்கும் அப்பால் ஆழமான இருண்ட நீரில் தங்கியிருக்க நிச்சயித்திருக்க லாம். யாரும் செல்ல முடியாத அந்த இடத்துக்குச் சென்று அதைப் பிடிக்கவேண்டும் என்பது என் திட்டம். நண்பகலிலிருந்து நாம் இருவரும் ஒன்று சேர்ந்து விட்டோம். நம் இருவருக்கும் வேறு யாருடைய உதவியும் கிடைக்கவில்லை.

நான் மீனவனாய் இருந்திருக்கக்கூடாது என்று அவன் நினைத்தான். ஆனால் அப்படி இருக்கத்தான் பிறந்தவன்.

வெளிச்சம் வந்தவுடன் சூரைமீனை ஞாபகமாகச் சாப்பிட வேண்டும்.

விடிவதற்குச் சற்று முன்பு அவன் பின்பக்கம் இருந்த தூண்டில் இரைகளில் ஒன்றை ஏதோ கடித்தது. தூண்டில் கம்பு சாய்ந்து ஒடிந்து கயிறு படகின் விளிம்பில் ஓடுவதைப் பார்த்தான். இருட்டில் உறையிலிருந்து கத்தியை எடுத்து, இடது தோளை அழுத்தும் வலியைத் தளர்த்தி, பின்னால் சரிந்து படகின் விளிம்பில் தங்கிய தூண்டில் கயிற்றை அவிழ்த்துவிட்டான். பிறகு தன் அருகில் இருந்த கயிற்றையும் அறுத்தான். இருட்டினூடே தனியாக இருந்த கயிற்றுச் சுருளின் முனைகளை இணைத்துக் கட்டினான். மிகவும் திறமையாகவே செயல்பட்டான். முடிச்சை இறுக்கும்போது கயிற்றுச் சுருள்களை காலால் அழுத்திப் பிடித்துக்கொண்டான். இப்போது அவனிடம் ஆறு கயிற்றுச் சுருள்கள் தயாராக இருந்தன. இரு தூண்டில்களிலிருந்தும் வெட்டியது நான்கு, மீன் இரையைத் தின்றதிலிருந்து இரண்டு. அவை அனைத்தையும் ஒன்றாக இணைத்துத் தயார் நிலையில் வைத்திருந்தான்.

விடிந்ததும் இருநூற்றைம்பது அடி தூண்டில் கயிறுகளை வெட்டி அவற்றையும் தனியாக இருக்கும் கயிற்றுச் சுருளுடன் இணைக்க வேண்டும் என்று நினைத்தான். 1200 அடி நல்ல கயிறும் தூண்டில் கொக்கிகளும் மிதவைகளும் இழக்க நேரிடும். அவற்றைப் பின்னர் வாங்கிக் கொள்ளலாம். ஆனால் இதுபோன்ற பெரிய மீன் கிடைக்குமா? வேறு சிறிய மீன்களைப் பிடிக்க முயன்று இதை நழுவவிட்டால்? இப்போது ஏதோ ஒரு மீன் தூண்டில் இரையைக் கடிக்கிறது. ஈட்டி மீனோ, தட்டை மூக்கனோ, சுறாவோ தெரியவில்லை. அதை உடனே விரட்ட வேண்டும்.

“சிறுவனும் இருந்திருக்க வேண்டும்” என்றான் உரக்க.

ஆனால் சிறுவன்தான் இல்லையே என்று நினைத்துக் கொண்டான். இருட்டோ இல்லையோ, நீ மட்டும்தான் வேலை செய்ய வேண்டும். கடைசித் தூண்டில் கயிற்றை வெட்டித் தனியாக இருக்கும் இரண்டு சுருள்களுடன் இணைக்க வேண்டும்.

அப்படியே செய்தான். இருட்டில் அது கஷ்டமாகத்தான் இருந்தது. ஒரு தடவை திடீரென அந்த மீன் எம்பிக் குதித்தது. அவன் இழுபட்டுக் குப்புற விழுந்தான். கண்களுக்குக் கீழே அடிபட்டு இரத்தம் கன்னங்களில் சிறிது தூரம் வழிந்தது. தாடையை அடைவதற்குள் உறைந்து விட்டது. படகின் முன்பக்கம் சென்று சற்று இளைப்பாறினான். கோணித் துணியைச் சரிப்படுத்தி தூண்டில் கயிறு தோளின் இன்னொரு பக்கம் வருமாறு செய்துகொண்டான். தோள்களில் அழுத்திப் பிடித்தபடியே மீனின் இழுப்பை உணர்ந்தான். கையைத் தண்ணீரில் அமிழ்த்திப் படகின் ஓட்டத்தைக் கவனித்தான்.

ஏன் அந்த மீன் துள்ளிக் குதித்தது என்று தன்னையே கேட்டுக்கொண்டான். அதன் முதுகோடு ஒட்டியிருக்கும் கம்பி நகர்ந்திருக்கும். நிச்சயமாக அதன் முதுகு வலி என் வலியைப் போல் இராது. அது எவ்வளவு பெரிய மீனாகத்தான் இருக்கட்டுமே, படகை நிறுத்தாமல் இழுத்துக்கொண்டே செல்ல முடியாது. இப்போது எல்லா தடைகளும் நீக்கப்பட்டு விட்டன. வேண்டிய அளவு நீளத்துக்குப் போதுமான கயிறு இருக்கிறது.

"மீனே. நான் சாவதுவரை உன்னோடுதான் இருப்பேன்" என்றான் மெல்லிய குரலில்.

அதுவும் என்னுடன்தான் இருக்கும் என்று நினைத்துக் கொண்டான். விடிவதற்காகக் காத்திருந்தான். அதிகாலைக் குளிர் அடித்தது. சற்றுச் சூடு கிடைப்பதற்காகப் படகோடு தன்னை நெருக்கிக்கொண்டான். அதனால் முடியுமென்றால் என்னாலும் முடியும். விடியலில் கயிறு நீண்டு நீருக்குள் இறங்கியது. படகு ஒரே சீராய்ப் போய்க்கொண்டிருந்தது. சூரியனின் முதல் கிரணம் கிழவனின் வலது தோள் பக்கம் விழுந்தது.

"அது வடக்கு நோக்கிப் போகிறது" என்றான் கிழவன். நீரோட்டம்தான் தங்களைக் கிழக்கு நோக்கி இழுத்துச் செல்லும். நீரோட்டத்தின் திசையில் மீன் செல்ல வேண்டும் என்று விரும்பினான். அப்படிச் செய்தால் அது களைத்துவிட்டது என்று அர்த்தம்.

சூரியன் மேலே எழுந்தபோதும் மீன் களைப்படையவில்லை என்பதைப் புரிந்துகொண்டான். ஒரே நல்ல அடையாளம்: கயிற்றின் சாய்விலிருந்து அது குறைந்த ஆழத்திலேயே செல்கிறது. இதனால் அது துள்ளிக் குதிக்காது என்று அர்த்தமல்ல. குதிக்கலாம்.

"கடவுளே, அதைக் குதிக்கச் செய்" என்றான் அவன். "என்னிடம் அதைச் சமாளிக்கப் போதுமான நீளத்துக்குக் கயிறு இருக்கிறது."

கயிற்றை சற்றுச் சுண்டி இழுத்தால் அந்த வலியில் அது துள்ளலாம் என்று நினைத்தான். விடிந்து விட்டதால் அது துள்ளி, அதன் முதுகெலும்பின் பக்கம் இருக்கும் பைகளில் காற்றை நிரப்பிக்கொள்ளலாம். அதன் பிறகு ஆழத்துக்குச் சென்று சாக வேண்டியிராது.

கயிற்றை மேலும் இழுக்க முயன்றான். மீன் சிக்கியதிலிருந்து இதுவரை இழுபட்டிருந்ததால் அது அறுந்துவிடும் நிலைக்கு முறுக்கேறியிருந்தது. மேலும் அழுத்தம் கொடுக்கும் நிலையில் இல்லை அது. சுண்டி இழுக்கக்கூடாது என்று நினைத்தான். ஒவ்வொரு முறை சுண்டி இழுக்கும்போதும் கொக்கி ஏற்படுத்திய காயம் விரிவடைந்து மீன் துள்ளும்போது கொக்கி வெளியே வந்துவிடும் சாத்தியம் இருக்கிறது. சூரியன் வந்தது இதமாக இருந்தது. நல்ல வேளை, அதை நேருக்கு நேர் பார்க்க வேண்டிய நிலை இல்லை.

தூண்டில் கயிற்றில் மஞ்சள் பாசி ஒட்டிக்கொண்டிருந்தது. அதுவும் நல்லதுதான். கயிற்றின் கனம் அதிகரிக்கும். இந்த மஞ்சள் பாசிதான் நேற்று இரவு மின்னிக்கொண்டிருந்தது.

“மீனே உன்னை நான் விரும்புகிறேன். உனக்கு மரியாதை செலுத்துகிறேன். ஆனாலும் இன்று மாலைக்குள் உன்னைக் கொல்லத்தான் போகிறேன்” என்றான்.

அப்படியே நடக்கட்டும் என்று எண்ணினான் அவன்.

வடக்கிலிருந்து ஒரு சிறிய பறவை படகை நோக்கிப் பறந்து வந்து, கடல் நீருக்கு மிக நெருக்கமாகப் பறந்தது. அது மிகவும் களைப்படைந்துள்ளதை கிழவன் கவனித்தான்.

அது படகின் முன்பக்கம் வந்து அமர்ந்தது. சற்று இளைப்பாறியது. பின் அவனது தலைக்கு மேலே சுற்றிப் பறந்துவிட்டு, தூண்டில் கயிற்றில் வசதியாக அமர்ந்துகொண்டது.

“என்ன வயது உனக்கு?” என்று கேட்டான் கிழவன். “இது தான் உன் முதல் பயணமா?”

அவன் பேசும்போது பறவை அவனையே பார்த்துக் கொண்டிருந்தது. கயிற்றின் தன்மையை அறியாத அளவுக்கு அது களைப்படைந்திருந்தது. மெல்லிய கால்கள் கயிற்றை இறுகப் பற்றியபடி அசைந்துகொண்டிருந்தன.

“கயிறு அசங்காது” என்றான் பறவையிடம். “நேற்று இரவு காற்று இல்லையே. பின் ஏன் இப்படிக் களைத்திருக்கிறாய்? பறவைகள் எல்லாம் வரவர இப்படி ஆகிவிட்டதே.”

பருந்துகள் இதைத் துரத்தியிருக்கும். ஆனால் இதை அவன் பறவையிடம் கேட்கவில்லை. கேட்டாலும் அதற்குப் புரியாது.

எப்படியும் பருந்துகளைப் பற்றி அது விரைவில் தெரிந்து கொள்ளத்தானே போகிறது.

"சின்னப் பறவையே, நன்கு ஓய்வெடுத்துக் கொள்" என்றான். "அப்புறம் உன் விதியை மனிதனைப் போலவோ, பறவையைப் போலவோ, மீனைப் போலவோ ஏற்றுக் கொள்."

இரவு அவன் முதுகு இறுகியிருந்ததால் பேசுவது இதமாக இருந்தது. ஆனால் உண்மையில் வலித்தது.

"உனக்கு விருப்பமிருந்தால் என் வீட்டிலேயே தங்கலாம்" என்றான் பறவையை நோக்கி. "பாய்மரத் துணியை விரித்து, வீசும் காற்றுடன் உன்னை உள்ளே அழைக்க முடியாதே என்று வருத்தமாயிருக்கிறது. நான் ஒரு நண்பனுடன் இருக்கிறேன்."

அப்போது மீன் விலுக்கென இழுத்த இழுப்பில் அவன் படகின் முன் பக்கம் சாய்ந்தான். சமாளித்துக்கொண்டு இன்னும் கொஞ்சம் கயிற்றை விட்டுக்கொடுக்காமலிருந்தால் வெளியே கடலில் விழுந்திருப்பான்.

கயிறு இழுபட்டதும் பறவை பறந்துவிட்டது. அது செல்வதைக்கூட அவன் கவனிக்கவில்லை. வலது கையால் கயிறு சரியாக இருக்கிறதா என்று கவனித்தான். கையில் ரத்தம் ஒழுகிக்கொண்டிருந்தது.

"ஏதோ அதைத் துன்புறுத்தியிருக்க வேண்டும்" என்றான் உரக்க. மீனைத் திருப்ப முடியுமா என்று பார்ப்பதற்காகக் கயிற்றை இழுத்தான். இனியும் இழுத்தால் கயிறு அறுந்துவிடும் என்ற நிலையில், சற்று நிதானமாகக் கயிற்றின் விறைப்பில் சாய்ந்துகொண்டு காத்திருந்தான்.

"உனக்கு வலிக்கிறதா மீனே" என்றான். "கடவுள் ஆணையாய் எனக்கும்தான்."

அந்தப் பறவை இருக்கிறதா என்று சுற்று முற்றும் பார்த்தான். துணைக்கு அது இருந்தால் நல்லது என்று தோன்றியது. ஆனால் பறவை போய்விட்டது.

நீ அதிக நேரம் தங்கவில்லையே என்று நினைத்துக் கொண்டான். கரையை எட்டும்வரை இப்போது போய்க் கொண்டிருக்கும் பாதை மிகக் கஷ்டமானது. ஒரே இழுப்பினால் அந்த மீன் என்னைக் காயப்படுத்திவிட்டதே. மடையன்தான் நான். ஒருவேளை அந்தச் சிறிய பறவை எங்கே என்று பார்த்துக் கொண்டு அதைப் பற்றி நினைத்துக்கொண்டிருந்தேனோ. இனி வேலையைச் சரியாகக் கவனிக்க வேண்டும். சூரையைச் சாப்பிடலாம். தேகம் பலவீனமாகி விடக்கூடாது.

"சிறுவன் இங்கிருந்தால் நன்றாக இருக்கும்" என்றான் உரக்க. "அத்துடன் கொஞ்சம் உப்பும் இருந்தால் நல்லது."

கயிற்றின் பாரத்தை இடது தோளுக்கு மாற்றிவிட்டு, ஜாக்கிரதையாக மண்டியிட்டு, கடல் நீரில் கைகளைக் கழுவினான். நீரில் கையை ஒரு நிமிஷத்துக்கும் அதிகமாக வைத்து, இரத்தம் மெதுவாக வழிந்து ஒழுகுவதையும், படகு முன்னே செல்வதால் கடல் நீர் கையைத் தழுவியபடிச் செல்வதையும் கவனித்தான்.

எர்னெஸ்ட் ஹெமிங்வே

"மீன் வேகத்தைக் குறைத்துக்கொண்டது" என்றான்.

இன்னும் சற்று நேரம் கையை உப்பு நீரில் வைத்திருக்க ஆசைதான். ஆனால் மீன் மறுபடியும் திடீரென்று வலித்து இழுத்து விட்டால் என்ன செய்வது? எழுந்தான். நிமிர்ந்து நின்றபடி கையைச் சூரியனுக்கு எதிரே நீட்டினான். கயிறு சதையைக் கீறியதில் சிறிய காயம்தான். ஆனால் அந்தக் கையால்தான் எல்லா வேலைகளையும் செய்ய வேண்டியிருக்கிறது. வேலையை முடிக்கக் கைகள் தேவை. வேலை ஆரம்பிக்கும் முன்பே அதில் காயங்கள் ஏற்படுவதை அவன் விரும்பவில்லை.

கை நன்கு உலர்ந்ததும், "அந்தச் சிறிய சூரையைத் தின்ன வேண்டும்" என்றான். "கொக்கியால் அதை எடுத்து இங்கு வசதியாக இருந்து சாப்பிடலாம்."

குனிந்து, படகின் பின்பக்கத்தில் இருந்த சூரையைக் கொக்கியால் தடவி எடுத்து, சுருண்டு கிடந்த கயிற்றில் படாமல் தன் பக்கம் இழுத்தான். மீண்டும் தூண்டில் கயிற்றை இடது தோளுக்கு மாற்றி, வலது கையில் சுற்றிக்கொண்டு, இடது கையை வலுவாக அழுத்திக் கொக்கியிலிருந்து சூரையை நீக்கிவிட்டு கொக்கியைப் பழைய இடத்தில் மாட்டினான். ஒரு முழங்காலை மீன்மேல் வைத்தபடி தலையின் பின்பக்கத்திலிருந்து வால் பக்கமாகக் கீறிக் கடும் சிவப்பு நிறத்தில் நீள நீளச் சதைத் துண்டுகளாக வெட்டினான். ஆப்பு வடிவத்துண்டுகள். மீனின் முதுகெலும்பின் பின்பக்கத்திலிருந்து வயிற்றின் அடிப்பகுதிவரை கீறினான். ஆறு துண்டுகள் கிடைத்ததும் அவற்றைப் படகின் முன்பக்கப் பலகையில் உலர வைத்தான். கத்தியை காற்சட்டையில் துடைத்துவிட்டு போனிட்டோவின் வாலைப் பிடித்துத் தூக்கிப் படகுக்கு வெளியே வீசினான்.

"முழு மீனையும் என்னால் தின்ன முடியும் என்று தோன்ற வில்லை" என்று சொல்லிவிட்டு கத்தியால் ஒருதுண்டைக் குறுக்காக வெட்டினான். தூண்டில் கயிறு வலித்து இழுக்கப்படுவதை உணர்ந்தான். இடது கை மரத்திருந்தது. கனத்த கயிற்றை அழுத்தியிருந்த கையைச் சற்று வெறுப்புடன் பார்த்தான்.

கிழவனும் கடலும்   49

"என்ன கை நீ?" என்றான் அவன். "வேண்டுமானால் மரத்துப் போ. கழுகின் நகத்தைப்போல் வளைந்துகொள். அதனால் உனக்கு ஒரு பயனும் இல்லை."

கீழே இருண்ட நீரில் தூண்டிலின் சரிவைக் கூர்ந்து பார்த்தான். இப்போது சாப்பிடு. கைக்கும் பலம் வரும். இது கையின் குற்றமல்ல. எவ்வளவு நேரம் மீனுடன் இருந்திருக்கிறாய். இனியும் எவ்வளவு நேரம் வேண்டுமானாலும் இருப்பாய். போனிட்டோவைச் சாப்பிடு.

ஒரு துண்டை வாயிலிட்டு மெதுவாக மென்றான். அவ்வளவு மோசமாகவொன்றுமில்லை.

நன்றாக மென்று சாப்பிட வேண்டும். சத்து முழுவதையும் எடுத்துக்கொள்ள வேண்டும். கொஞ்சம் எலுமிச்சம் பழமோ உப்போ இருந்தால் நன்றாயிருக்கும்.

"கையே எப்படியிருக்கிறாய்?" என்றான், மரத்திருந்த கையைப் பார்த்து. மரக்கட்டை போலிருந்தது அது. "உனக்காக இன்னும் கொஞ்சம் சாப்பிட வேண்டும்."

இரண்டாக வெட்டியிருந்த மீன் துண்டில் ஒரு பகுதியைத் தின்றான். நன்றாக மென்றபின் தோலை வெளியே துப்பினான்.

"இப்பொழுது எப்படியிருக்கிறாய் கையே? ஒரு வேளை இன்னும் சற்று நேரம் சென்றால்தான் தெரியுமா?" இன்னுமொரு துண்டை எடுத்து வாயிலிட்டு மென்றான்.

நல்ல இரத்தப் பசையுள்ள மீன் இது என்று நினைத்தான். ஓங்கிலுக்குப் பதில் இது கிடைத்தது அதிர்ஷ்டம்தான். ஓங்கில் ருசியாக இருக்கும். இதில் அவ்வளவு ருசி இல்லை. ஆனால் இதில்தான் சத்து அதிகம்.

நடக்க வேண்டிய காரியத்தில் கவனமாக இருக்க வேண்டும். கொஞ்சம் உப்பு இருந்தால் நல்லது. வெயிலில் இந்த மீன் துண்டுகள் உலர்ந்து கெட்டுவிடுமோ தெரியவில்லை. எனவே பசி இருக்கிறதோ இல்லையோ, எல்லாத் துண்டுகளையும் சாப்பிட்டு விட வேண்டும். மீனும் அமைதியாகத்தானே சென்று கொண்டிருக்கிறது. முழுவதையும் தின்றுவிட்டு நானும் தயாராக வேண்டும்.

"கையே, கொஞ்சம் பொறுமையாக இரு" என்றான். "உனக்காகத்தானே நான் இதைச் செய்கிறேன்."

அந்தப் பெரிய மீனுக்கும் உணவு ஏதாவது கொடுத்தால் நல்லது என நினைத்தான். அது என் சகோதரன். ஆனால்

அவனைக் கொல்ல வேண்டியிருக்கிறது. அதற்கு எனக்கு நல்ல பலம் தேவை. மெதுவாக, கவனமாக அவன் அந்தத் துண்டுகள் அனைத்தையும் தின்றான்.

காற்சட்டையில் கையைத் துடைத்துக்கொண்டு நிமிர்ந்து நின்றான்.

"கையே, கயிற்றை இப்போது விட்டுக் கொடுக்கலாம். வலது கையால் மட்டுமே அந்த மீனைச் சமாளிக்க முடியும் – உனது விறைப்பு தீரும் வரை." இடது கை பற்றியிருந்த கயிற்றின் மேல் இடது காலை அழுத்தி முதுகின் வலியைக் குறைக்கப் பலகை மேல் சாய்ந்தான்.

"கையின் மரப்பு நீங்கக் கடவுள்தான் உதவ வேண்டும்" என்றான். "இந்த மீன் அடுத்தாற்போல் என்ன செய்யப் போகிறதோ தெரியவில்லையே."

ஆனால் அது அமைதியாகத்தான் காணப்படுகிறது. ஏதோ ஒரு திட்டப்படிதான் செல்கிறது. ஆனால் அதன் திட்டம் என்ன? எனது திட்டம் என்ன? அது ஒரு பெரிய மீன். அதன் அளவிற்கேற்ப என் திட்டத்தை உடனுக்குடன் மாற்றியமைக்க வேண்டும். குதித்தால் அதைக் கொன்று விடலாம். ஆனால் அது கடலுக்குள்ளே அல்லவா இருக்கிறது. நானும் அதைப் போலவேதான் இருக்க வேண்டும்.

மரத்துப் போன கையை காற்சட்டையில் தேய்த்துக் கைக்குச் சூடேற்ற முயன்றான். விரல்களை நிமிர்த்தப் பார்த்தான். முடியவில்லை. வெயில் வரவர அவை தானாகவே நிமிர்ந்து விடும். அல்லது சாப்பிட்ட சூரை ஜீரணித்ததும் நிமிர்ந்துவிடலாம். தேவைப்பட்டால் நானே எப்படியாவது நிமிர்த்தி விடுவேன். இப்போது பலத்தை உபயோகித்து அப்படிச் செய்ய வேண்டியதில்லை. தானாகவே நிமிரட்டுமே. நேற்று இரவு கயிறுகளையெல்லாம் அவிழ்த்துக் கட்டும்போது அதைச் சற்று அதிகமாகத்தான் திட்டிவிட்டேன்.

கடல் பரப்பைச் சுற்றி நோக்கினான். இவ்வளவு பெரிய கடலில் தன்னந்தனியாக இருக்கிறான். கடலின் கரிய ஆழத்தில் சூரிய ஒளி முப்பட்டைக் கண்ணாடித் துண்டுகளாகப் பளபளப்பதையும் தூண்டில் கயிறு நேரே நீண்டு செல்வதையும் அமைதியின் அற்புத அசைவையும் கவனித்தான். காற்றுக்காக மேகங்கள் காத்திருக்கின்றன. முன்னே பார்த்தான். வானத்தின் பின்புலத்தில் சில காட்டு வாத்துக்கள் தோன்றி மறைந்து மீண்டும் தோன்றின. கடலில் எவனும் தனியாக இருப்பதில்லை என்று அவனுக்குத் தெரியும்.

கிழவனும் கடலும்

கடலில் கரைகாணாத் தொலைவில் சிறு படகில் செல்லும் போது சில மீனவர்கள் பயப்படுவது பற்றி நினைத்தான். நியாயம் தான். திடீரென வானிலை மாறும் சமயங்களில் அப்படித்தான் இருக்கும். ஆனால் இப்போது புயல்வீசும் மாதங்கள். இந்தப் பருவத்தில் புயல் வீசாத சமயம்தான் ஆண்டிலேயே மிகச் சிறப்பானது.

கடலில் இருக்கும்போது புயல் வீசுவதற்கான அறிகுறிகளைப் பல நாட்களுக்கு முன்பாகவே உன்னால் அறிந்து கொள்ள முடியும். கரையில் இருப்பவர்களுக்கு அது தெரியாது. எதைப் பார்த்துத் தெரிந்து கொள்ள வேண்டுமென்பதே அவர்களுக்குத் தெரியாது. நிலத்தில் இருக்கும்போதும் மேகக்கூட்டங்களின் அமைப்பு வேறாக இருக்கும். ஆனால் இப்போது புயல் வரும் சமயமல்ல.

அவன் வானத்தைப் பார்த்தான். மேகங்கள் ஐஸ்கிரீம் போலக் குவிந்திருந்தன. அதற்கும் உயரே வெண்ணிற மேகங்கள் மெல்லிய இறகுகள் போல செப்டம்பர் மாத வானில் சிதறியிருந்தன.

“காலநிலை எனக்குத்தான் சாதகமாயிருக்கிறது, மீனே. உனக்கல்ல” என்றான்.

இடது கை இன்னும் மரத்திருக்கிறது. விரல்களை மெதுவாக நிமிர்த்திவிட்டான்.

கை மரத்துப் போவதை நான் வெறுக்கிறேன் என்று தனக்குள் சொல்லிக்கொண்டான். ஒருவனின் உடம்பு அவனுக்குச் செய்யும் துரோகம் அது. மற்றவர்கள் முன்பு ஊசிப்போன உணவால் வயிற்றுப்போக்கு ஏற்படுவதோ வாந்தி எடுப்பதோ எவ்வளவு கேவலம். மரத்துப் போவதும் கிட்டதட்ட அப்படித்தான். அதுவும் ஒருவன் தனியாக இருக்கும்போது அது அவனையே அவமானப்படுத்துகிறது.

சிறுவன் இங்கே இருந்தால் கையைத் தடவி விடுவான். முன் கையிலிருந்து கீழ் நோக்கித் தளர்த்தி விடுவான் என்று நினைத்தான். பரவாயில்லை, அது தானாகவே தளர்ந்துவிடும்.

இப்போது தூண்டில் கயிற்றின் இழுப்பில் வித்தியாசத்தை வலது கையால் உணர்ந்தான். நீரில் அதன் சரிவு மாறுவதையும் கவனித்தான். கயிற்றின்மீது சாய்ந்தபடியே இடது கையால் தொடையில் ஓங்கித் தட்டிக்கொண்டான். கயிற்றின் சரிவு மெதுவாக மேலெழுவதைக் கண்டான்.

“அது மேலே வருகிறது. கையே, சரியாகி விடு. தயவு செய்து சரியாகி விடு.”

தூண்டில் கயிறு மெதுவாக நிதானமாக மேலே உயர்ந்து வந்தது. படகின் முன்புறம் நீர்ப்பரப்பு பிதுங்கியது. மீன் வெளிப்பட்டது. முடிவில்லாமல் அது வெளியே வந்து கொண்டேயிருந்தது. அதன் பக்கங்களிலிருந்து தண்ணீர் வடிந்தது. சூரிய ஒளியில் பளிச்சிட்டது. தலையும் முதுகும் கரு ஊதா நிறம். இருபுறமும் உள்ள செதில்கள் விரிந்து செம்மஞ்சள் நிறத்திலிருந்தன. பேஸ்பால் மட்டையின் நீளமுள்ள அதன் மூக்கு வாள்போல் கூராயிருந்தது. முழு உடலும் வெளிவர அது வெளியே தோன்றி, பின் ஒரு நீச்சல் வீரன் போல் மீண்டும் மெதுவாக நீரில் மூழ்கியது. அரிவாள் போன்ற அதன் வால் மறைந்ததும் தூண்டில் கயிறு மிக வேகமாக இழுபடத் தொடங்கியது.

"படகைவிட அது இரண்டடி நீளம் அதிகம்" என்றான் கிழவன். கயிறு விரைவாக ஒழுங்காகப் போய்க் கொண்டிருக்கிறது. மீன் கலவரப்பட்டதாகத் தெரியவில்லை. கயிறு அறுந்துவிடாதபடி கிழவன் இரு கைகளாலும் பிடித்துக்கொண்டிருந்தான். ஒரு சீரான அழுத்தத்தின் மூலம் மீனின் வேகத்தைக் கட்டுப்படுத்தி விட்டால் அது கயிற்றை அறுத்துக்கொண்டு சென்றுவிடும் என்று அவனுக்குத் தெரியும்.

அவன் ஒரு பெரிய மீன். நான் அவனை சமாளிக்க வேண்டும். என் பலத்தையோ மிக வேகமாக நீந்திச் சென்றால் என்ன ஆகும் என்பதையோ அவன் அறியக்கூடாது. நான் அந்த மீனாக இருந்தால் என் சக்தியெல்லாம் உபயோகித்துக் கயிற்றை அறுத்துக்கொண்டு வேகமாகச் சென்று விடுவேன். ஆனால் நல்ல

வேளையாக வேட்டையாடும் நம்மைப்போல அவை அவ்வளவு புத்திசாலிகள் அல்ல. ஆயினும் கண்ணியமானவை. வலிமை மிக்கவை.

கிழவன் எத்தனையோ பெரிய மீன்களைப் பார்த்திருக்கிறான். ஆயிரம் பவுண்டுக்கும் மேல் எடையுள்ள மீன்களைக் கண்டிருக்கிறான். ஏன், அந்த மாதிரி இரண்டு மீன்களைக்கூடப் பிடித்திருக்கிறான். ஆனால் தனிமையில் அல்ல. இப்போது தனியாக, கரைக்குக் கண்காணா இடத்தில், இதுவரை அவன் பார்த்திராத, கேட்டிராத மிகப்பெரிய மீனோடு இருக்கிறான். ஆனால் அவன் கை இன்னமும் கெட்டியாகப் பற்றியிருக்கிறது – அழுத்திப் பற்றியிருக்கும் கழுகின் கால்நகங்களைப் போல.

கையின் மரப்பு மாறிவிடும். வலது கையின் உதவிக்கு அது வந்துவிடும் என்று நினைத்தான் கிழவன். அந்த மீன், என் இரு கரங்கள் – மூவரும் சகோதரர்கள். கையில் மரப்பு மாற வேண்டும். மரத்துப் போவது எவ்வளவு கேவலம். மீன் தன் வேகத்தைக் குறைத்துக்கொண்டு அதன் வழக்கமான வேகத்தில் சென்று கொண்டிருந்தது.

அது ஏன் நீருக்கு வெளியே துள்ளிக் குதித்தது? தான் எவ்வளவு பெரியவன் என்பதை என்னிடம் காட்டுவதற்காகவா? என்னவோ, அது இப்போது எனக்குத் தெரிந்து விட்டது. நான் எப்படிப்பட்டவன் என்பதை அதற்குக் காட்ட வேண்டாமா? ஆனால் என் மரத்துப்போன என் கையை அது பார்த்து விடுமே. உண்மையில் இருப்பதைவிட மிக வலிமையானவன் நான் என்று அது நினைத்துக் கொள்ளட்டும். நானும் அவ்விதமே இருப்பேன். நான் அந்த மீனாக இருக்க விரும்புகிறேன். என் மனத் திடத்திற்கும் அறிவுக்கும் மாற்றாக அவனுடைய வலிமை மட்டும் இருந்தால் போதும் என்று நினைத்தான்.

படகுப் பலகையில் நன்றாகச் சாய்ந்து அமர்ந்தான். வலியைப் பொறுத்துக்கொண்டான். மீன் மெதுவாக நீந்திக்கொண்டிருந்தது. கருமையான நீரில் படகு மெதுவாகச் சென்றது. கிழக்கிலிருந்து வீசும் காற்றில் கடல் சற்றுக் கொந்தளித்தது. நண்பகலில் கிழவனின் இடது கை மரப்பு நீங்கிவிட்டது.

"உனக்குக் கேடுகாலம்தான் மீனே" என்று சொல்லிக் கொண்டே தூண்டில் கயிற்றைத் தோளில் இருந்த கோணிகளின் மேலாக மாற்றிக்கொண்டான்.

அவன் வசதியாகத்தான் இருந்தான். எனினும் சற்றுச் சிரமமாயிருந்தது. அதை அவன் காட்டிக்கொள்ளவில்லை.

எர்னெஸ்ட் ஹெமிங்வே

“எனக்கு அப்படியொன்றும் பக்தி கிடையாது. ஆனாலும் மீனைப் பிடிப்பதற்காக ‘பரமண்டலத்திலிருக்கும் பிதா’வையும் ‘அன்னை மரியாளை’யும் பத்துமுறை சொல்லப் போகிறேன். அதைப் பிடித்துவிட்டால் கோபரேயிலுள்ள கன்னி மரியாள் ஆலயத்துக்கு நிச்சயம் செல்வேன். இது சத்தியம்.”

இயந்திர கதியாகப் பிரார்த்தனை செய்யத் தொடங்கினான். களைத்துப் போய்ச் சில சமயம் வரிகளை மறந்து விடுவான். பின் வேகமாகச் சொல்கையில் அவை இயல்பாக வந்து விடும். பரமண்டலத்திலிருக்கும் பிதாவைவிட அன்னை மரியாள் சொல்வதற்குச் சுலபமாக இருப்பதாக நினைத்தான்.

“கிருபையுள்ள மரியன்னையே, ஆண்டவர் உங்களோடு இருக்கிறார். ஸ்திரீகளிடையே நீங்கள் ஆசீர்வதிக்கப்பட்டவர். உங்கள் கர்ப்பப் பையின் சிசுவும் ஆசீர்வதிக்கப்பட்டது. பரிசுத்த மரியம்மையே, ஆண்டவனின் அன்னையே, எங்களுக்காகப் பிரார்த்தனை செய்யுங்கள். இப்போதும், எங்கள் மரணத்தின் போதும். ஆமென்.”

“பரிசுத்த கன்னியே, இந்த மீனின் மரணத்திற்காகப் பிரார்த்தனை செய் – அது அற்புதமான மீனாக இருந்த போதிலும்” என்று சேர்த்துக் கொண்டான்.

பிரார்த்தனையைச் சொல்லி முடித்ததும் சற்று இதமாக இருப்பதாக உணர்ந்தான். உண்மையில் முன் போலவே, அல்லது அதை விடவும், சிரமமாகத்தான் இருந்தது. படகுப் பலகையில் சாய்ந்துகொண்டு இயந்திர கதியில் இடது கை விரல்களை நிமிர்த்தத் தொடங்கினான்.

காற்று மெதுவாக வீசத் தொடங்கினாலும் சூரிய உஷ்ணம் கடுமையாக இருந்தது.

“படகின் பின்பக்கத் தூண்டிலில் மீண்டும் இரை வைத்து விடுவது நல்லது” என்றான். “இன்னொரு இரவும் மீன் தண்ணீருக்குள்ளேயே இருக்கத் தீர்மானித்தால் நமக்குச் சாப்பிட வேண்டுமே. பாட்டிலில் தண்ணீரும் குறைந்துவிட்டது. ஓங்கிலைத்தவிர வேறெதுவும் இங்கே கிடைக்கும் என்று தோன்ற வில்லை. பிடித்தவுடனேயே சாப்பிட்டால் அது அவ்வளவு மோசமாக இராது. பறக்கும் மீன் ஏதாவது இரவில் படகுக்குள் விழுந்தால் நல்லது. ஆனால் அதைக் கவர்வதற்கு விளக்கு ஏதும் இல்லையே. பச்சையாகச் சாப்பிடுவதற்குப் பறக்கும் மீனை அடிக்க வேறெதுவும் இல்லை. அதை நறுக்க வேண்டிய அவசியம்கூட இல்லை. என் சக்தியையெல்லாம் திரட்டி வைத்துக்கொள்ள

வேண்டும். இந்த மீன் இவ்வளவு பெரிதாக இருக்கும் என்று நான் நினைக்கவேயில்லை."

"இவ்வளவு பெருமையும் வலிமையும் உடையதாயிருந்தாலும் அதைக் கொல்லத்தான் வேண்டியிருக்கிறது."

நியாயமில்லைதான். ஆயினும் ஒரு மனிதனால் என்ன செய்ய முடியும், எவ்வளவு தாங்க முடியும் என்பதை அதற்கு நான் காட்டத்தான் போகிறேன் என்று நினைத்துக்கொண்டான்.

"நான் ஒரு விசித்திரமான மனிதன் என்று சிறுவனிடம் சொல்லியிருக்கிறேன். அதை நிரூபிக்க இதுதான் சரியான தருணம்."

ஆயிரம் தடவை இதற்கு முன் நிரூபித்திருக்கலாம். ஆனால் அதெல்லாம் ஒன்றுமில்லை. இப்போது மீண்டும் நிரூபிக்கப் போகிறான். ஒவ்வொரு தடவையும் புதிதாகத்தான் செய்கிறான். அப்போதெல்லாம் பழையதைப் பற்றி அவன் நினைப்பதே இல்லை.

அது சற்று உறங்கினால் நல்லது என்ற நினைத்தான். அப்போது நானும் தூங்கி, சிங்கங்களைப் பற்றிக் கனவு காணலாம். ஏன் சிங்கங்கள் மட்டுமே கனவில் வருகின்றன? எதைப் பற்றியுமே நினைக்காதே கிழவா என்று தனக்குத்தானே சொல்லிக் கொண்டான். பாய் மரத்தின் மேல் சாய்ந்து ஓய்வெடு. எதைப் பற்றியும் யோசிக்காதே. அவன் உழைத்துக்கொண்டிருக்கிறான். நீயும் முடிந்தவரை உழை.

பிற்பகல் நெருங்கியது. படகு மெதுவாகச் சென்று கொண்டிருந்தது. கீழைக் காற்று படகை மெதுவாக இழுத்துச் செல்கிறது. கிழவன் படகை அமைதியாகச் செலுத்தினான். முதுகில் இழுத்துக் கட்டியிருந்த கயிற்றின் வலி கூடச் சற்றுக் குறைந்திருப்பதாகத் தோன்றியது.

மாலையில் ஒரு தடவை தூண்டில் கயிறு மீண்டும் மேலெழுந்தது. ஆனால் மீன் தொடர்ந்து நீந்தியபடி இருந்தது – முன்னைவிடச் சற்று மேலே. சூரியனின் ஒளி கிழவனின் இடது கையில், தோளில், முதுகில் விழுந்தது. மீன் வடகிழக்குப் பக்கமாகச் செல்கிறது என்று புரிந்துகொண்டான்.

ஒரு தடவை அந்த மீனைப் பார்த்துவிட்டதால் இப்போது அது தண்ணீரில் எப்படி நீந்துகிறது என்பதை அவனால் கற்பனை செய்ய முடிந்தது. ஊதாநிற மேல் சிறகுகள் அகல விரிந்து இருப்பதையும் நிமிர்ந்த பெரிய வால் இருளைக் கிழித்துச் செல்வதையும் அவன் கற்பனை செய்தான். அந்த ஆழத்தில் அது

எர்னஸ்ட் ஹெமிங்வே

எப்படிப் பார்க்கிறது? அதற்குப் பெரிய கண்கள். அதைவிடச் சிறிய கண்களையுடைய குதிரையே இருட்டில் பார்க்குமே. முன்பெல்லாம் நானும் இருட்டில் நன்றாகப் பார்ப்பேன் – கும்மிருட்டில் அல்ல. ஒரு பூனை பார்ப்பதைப் போல.

சூரிய ஒளியினாலும், எப்போதும் அசைந்து கொண்டிருந்ததாலும் அவன் விரல்கள் மரப்பு மாறி நிமிர்ந்து விட்டன. பாரத்தின் ஒரு பகுதியை அதில் மாற்றிவிட்டு, தோளைக் குறுக்கி, முதுகை அழுத்தும் கயிற்றின் வலியைச் சற்று குறைத்துக் கொண்டான்.

"இன்னும் நீ களைப்படையவில்லையா, மீனே" என்றான், சற்று உரக்க. "ஆச்சரியமான மீன்தான் நீ."

அவனுக்கு இப்போது மிகவும் களைப்பாக இருந்தது. சற்று நேரத்தில் இருட்டிவிடும். வேறு விஷயங்கள் பற்றி எண்ணத் தொடங்கினான். பேஸ்பால் பற்றிச் சிந்தித்தான். நியுயார்க் யாங்க்கீஸ் டெட்ராய்ட் புலிகளுடன் ஆடுவது பற்றி நினைத்தான்.

இன்று இரண்டாவது நாள். பந்தய முடிவு பற்றி ஒன்றும் தெரியவில்லை. ஆனால் எனக்கு நல்ல நம்பிக்கை இருக்கிறது. குதிகால் ஆணி வலி இருந்தாலும் கில்லாடி டிமாகியோ என்னைக் கைவிட மாட்டான். ஆணி வலி என்றால் என்ன? தனக்குத்தானே கேட்டுக்கொண்டான். நமக்கெல்லாம் அது இல்லை. கோழிச் சண்டையில் காலில் கத்தி கட்டியதால் ஏற்படும் வலி போல் இருக்குமா? என்னால் அந்த வலியைத் தாங்கிக்கொள்ள முடியாது. வலியுடன், ஒரு கண்ணையோ இரண்டு கண்களையோ இழந்து, கோழிகளைப் போல் சண்டை போட்டுக் கொண்டிருக்க முடியாது. பெரிய பறவைகளையும் மிருகங்களையும் பார்க்கும்போது மனிதன் மிகவும் அற்பம். இருந்தும், கடலின் ஆழ்ந்த இருட்டில் செல்லும் அந்த மிருகமாக இருக்க நான் ஆசைப்படுகிறேன்.

"சுறா மீன்கள் வராவிட்டால்தான்" என்றான் உரக்க. "சுறா வந்துவிட்டால் அவ்வளவுதான் – என் பாடும் அந்த மீனின் பாடும்."

"இந்த மீனுடன் நான் போராடுவது போல் டிமாகியோ போராட முடியுமா? போராடுவான் என்றுதான் தோன்றுகிறது. என்னைவிட இளைஞன். வலிமையானவன். அவனுடைய அப்பா கூட ஒரு மீனவன்தான். ஆனால் அந்தக் குதிகால் ஆணி வலி அவனுக்கு மிகக் கஷ்டமாக இருக்குமோ?"

"எனக்குத் தெரியாது" என்றான் உரக்க. "எனக்குக் காலில் ஆணி வலி வந்ததேயில்லை."

சூரியன் மறைந்தது. தனக்குச் சிறிது நம்பிக்கை ஏற்படுவதற்காக, கஸாபிளாங்கா மதுக்கடையில் சிமன்பியோகோ என்ற கறுப்பனுடன் கைமடக்குப் போட்டியில் ஈடுபட்டதை நினைத்துக்கொண்டான். கப்பல் தளத்திலேயே அந்த கறுப்பன்தான் மிகவும் பலசாலி. மேஜை மீது வரைந்த சாக்பீஸ் அடையாளத்தில் முழங்கைகளை ஊன்றி முன் கை உயர்த்தி விரல்களால் இறுகப் பற்றியபடி போராடுவார்கள். அடுத்தவனின் கை சரிந்து மேஜை மேல் பட வேண்டும். அதுதான் போட்டி. ஒரு பகலும் ஓர் இரவும் கழிந்துவிட்டது. இதில் பந்தயங்கள் வைக்க நிறையப்பேர் வருவார்கள். மண்ணெண்ணெய் விளக்கொளியில் உள்ளேயும் வெளியேயும் நடந்தபடி இருப்பார்கள். அவன் கறுப்பனின் கையையும் முகத்தையும் கவனித்தான். முதல் எட்டு மணிநேரத்துக்குப் பிறகு நான்கு மணிக்கொரு தடவை நடுவரை மாற்றிக் கொண்டிருந்தார்கள் – தூங்குவதற்காக. இருவர் நகக் கண்களிலிருந்தும் ரத்தம் கொட்டியது. இருவரும் கண்ணையும் முழங்கையையும் பார்த்துக்கொண்டார்கள். பந்தயம் வைத்தவர்கள் அறைக்கு உள்ளேயும் வெளியேயும் போய் வந்தனர்; உயரமான நாற்காலிகளில் அமர்ந்து போட்டியைப் பார்வையிட்டனர். சுவரில் நீலச்சாயம் பூசியிருந்தது. மரத்தாலான சுவர். இருவரின் நிழல்களும் சுவரில் விழுந்தன. கறுப்பனின் நிழல் பெரியது; காற்றில் விளக்கு ஆடி அசையும்போது அவன் நிழலும் ஆடியது.

இரவு முழுவதும் யார் ஜெயிப்பார் என்ற நிச்சயமற்ற நிலைமையே இருந்தது. கறுப்பனுக்கு ரம் கொடுத்து சிகரெட்டும் பற்ற வைத்துத் தந்தனர். ரம் உள்ளே சென்றவுடன் அவன் மிகுந்த பலத்துடன் கிழவனின் – அப்போது அவன் கிழவன் அல்ல – கரத்தை மூன்று அங்குலம் சரித்து விட்டான். ஆனால் கிழவன் கையைச் சரிவர உயர்த்திப் பழைய நிலைக்குக் கொண்டுவந்து விட்டான். அப்போது கறுப்பனை வழிக்குக் கொண்டுவந்து விட்டதாகத் தோன்றியது. கறுப்பன் ஒரு விளையாட்டு வீரன்; பலசாலி. பொழுது விடிந்துவிட்டது. பந்தயம் கட்டியவர்கள் போட்டி வெற்றி தோல்வியின்றி முடிந்ததாக அறிவிக்கும்படி நடுவரைக் கேட்டுக்கொண்டனர். நடுவர் முடியாது என்று தலையை அசைத்துவிட்டார். கிழவன் தன் பலத்தையெல்லாம் சேர்த்து கறுப்பனின் கையைக் கொஞ்சம் கொஞ்சமாகச் சரித்து, பலகையைத் தொடும்படி செய்துவிட்டான். பந்தயம் ஒரு ஞாயிற்றுக்கிழமை காலையில் தொடங்கி திங்கட்கிழமை காலையில் முடிந்தது. பந்தயம் கட்டியவர்களுக்கு வெளியே வேலைக்குப்போக வேண்டியிருந்தது. ஹவானா நிலக்கரிச் சுரங்கத்துக்கோ, சர்க்கரை மூட்டைகளை ஏற்றத்துறைமுகத்துக்கோ

எர்னஸ்ட் ஹெமிங்வே

போகவேண்டியிருந்தது. எனவே தான் வெற்றி தோல்வியின்றி முடிக்கச் சொன்னார்கள். ஆனால் அவர்கள் வேலைக்குப் போகுமுன்பே அவன் கறுப்பனைத் தோற்கடித்துப் போட்டியை முடித்து விட்டான்.

அதன் பிறகு வெகு நாட்கள் அனைவரும் அவனை சாம்பியன் என்று அழைத்தனர். அடுத்த வசந்தகாலத்தில் இன்னொரு போட்டியும் நடந்தது. ஆனால் அதில் அதிகப்பேர் பணம் கட்டவில்லை. முதல் போட்டியில் சியன்பியோகாஸிலிருந்து வந்த கறுப்பனின் நம்பிக்கையைத் தகர்த்துவிட்டிருந்ததால் அந்தப் பந்தயத்திலும் அவன் சுலபமாகவே ஜெயித்து விட்டான். அப்புறம் சின்னச் சின்னப் போட்டிகள் வந்தன; பிறகு எதுவுமே இல்லை என்று ஆயிற்று. தேவையானால் எந்தப் போட்டியிலும் கலந்து வெற்றிபெற முடியும் என்று அவனுக்கு உறுதியிருந்தது. ஆனால்

கிழவனும் கடலும்   59

வலதுகை மீன் பிடிக்க இயலாமல் ஆகிவிடலாம் என்பதால் இடது கையை உபயோகித்து சில சோதனைப் பந்தயங்களில் கலந்து கொண்டான். இடதுகை அவன் சொன்னபடி கேட்காமல் காலை வாரிவிட்டது. அவனது நம்பிக்கை தளர்ந்துவிட்டது.

சூரியன் அதைச் சூடாக்கிக் குணப்படுத்தி விடும் என்று நினைத்தான். இரவில் அதிகக் குளிர் இல்லாவிட்டால் அது மீண்டும் மரத்துப் போகாது. இரவு எப்படியிருக்கப் போகிறதோ.

ஓர் ஆகாயவிமானம் தலைக்கு நேரே பறந்து சென்றது. மியாமிக்குச் சென்று கொண்டிருக்கிறது. அதன் நிழலில் மீன் கூட்டம் பயந்து சிதறியதைக் கண்டான்.

"பறக்கும் மீன்கள் இத்தனை இருப்பதால் இங்கு ஓங்கிலும் இருக்க வேண்டும்" என்றான். பின்னால் சாய்ந்து தூண்டிலை இழுத்து மீனின் வேகத்தை மட்டுப்படுத்த முடியுமா என்று பார்த்தான். முடியவில்லை. அதன் இழுப்பில் கயிறு அறுந்து விடலாம் என்று தோன்றியது. படகு மெதுவாக அசைந்து முன்னேறிக் கொண்டிருந்தது. விமானம் மறைவதுவரை அதைப் பார்த்துக்கொண்டேயிருந்தான்.

விமானத்தில் எல்லாம் விசித்திரமாக இருக்கும் என்று நினைத்தான். அவ்வளவு உயரத்தில் இருந்து பார்த்தால் கடல் எப்படி இருக்கும்? அதிக உயரத்தில் பறக்காவிட்டால் அவர்கள் மீனைப் பார்க்க முடியும். ஆயிரத்து இருநூறு அடி உயரத்தில் மிகவும் மெதுவாகப் பறந்து மேலேயிருந்து மீனைப் பார்க்க விரும்புகிறேன். ஆமை பிடிக்கும் படகின் பாய்மர உச்சியில் இருந்துகொண்டு அந்த உயரத்தில் நிறையப் பார்த்திருக்கிறேன். ஓங்கில் இன்னும் பச்சை நிறமாகக் காட்சியளிக்கும். அதன் உடம்பிலுள்ள வரிகளையும் பழுப்புப் புள்ளிகளையும் கூட்டமாக அவை நீந்திச் செல்வதையும் பார்க்க முடியும். இருண்ட நீரோட்டத்தில் விரைந்து செல்லும் மீன்களுக்கெல்லாம் பழுப்பு முதுகும் கோடுகளும் புள்ளிகளும் இருக்கின்றன. தங்கநிற ஓங்கில், கடலில் பச்சையாகத் தெரிவதில் அதிசயமில்லை. ஆனால் பசியுடன் இரையெடுக்க வரும்போது ஈட்டி மீன்போல அதன் பக்கங்களில் பழுப்பு நிறக் கோடுகள் தென்படுகின்றன. அப்படித் தோன்றுவது கோபத்தினாலா, வேகமாக நீந்துவதாலா?

இரவுக்குச் சற்று முன்பு, ஸர்காஸோ நீர்ச் செடியின் குவியல் ஒரு தீவுபோலக் கடலில் மிதந்துகொண்டிருந்தது. அதைக் கடந்து சென்றான். மஞ்சள் போர்வையின் கீழ் கடல் காதல் புரிவதுபோல் தோன்றியது. அப்போது சிறிய தூண்டிலை ஒரு ஓங்கில் பற்றியது. அது தண்ணீருக்கு வெளியே துள்ளியபோதுதான் அதை முதலில் பார்த்தான். மறையும் சூரிய ஒளியில் அது நல்ல

தங்க நிறத்தில் மின்னி, உடம்பை வளைத்து, காற்றில் சிறகை அடித்தது. மீண்டும் துள்ளியது. பயத்தில் ஏற்பட்ட துள்ளல். அவன் படகின் பின்பக்கம் சென்று குனிந்து தூண்டிலை வலது கையில் பிடித்தபடி இடது கையால் ஓங்கிலை இழுத்தான். தூண்டில் கயிறை இழுத்து இடது காலால் அதை அழுத்திக்கொண்டான். ஓங்கில் பின்பக்கம் வந்ததும் அங்குமிங்கும் துள்ளி, திகைப்பில் இருபக்கமும் மாறிமாறிப் பாய்ந்தது. கிழவன் படகின் வெளியே குனிந்து மீனைத் தூக்கினான். பளபளக்கும் தங்கநிறத்துடன் பழுப்புநிறக் கோடும் புள்ளியுமாக இருந்தது அது. பற்கள் ஆவேசத்துடன் தூண்டிலைக் கடித்தன. படகின் தரையில் கனத்த உடலாலும் வாலாலும் தலையாலும் வேகமாக அடித்துக்கொண்டது. அதன் மஞ்சள் தலையில் தடியால் ஓங்கி அடித்தான். ஒரு தடவை நடுங்கிவிட்டு அது அமைதியாயிற்று.

தூண்டிலிலிருந்து அதை எடுத்தான். தூண்டிலில் இன்னொரு மத்தி மீனை இரையாக இணைத்து வெளியே வீசினான். படகின் முன் பக்கம் மெதுவாக நடந்து சென்றான். இடது கையை நீரில் நனைத்துவிட்டு காற்சட்டையில் துடைத்துக்கொண்டான். கனத்த தூண்டிலை வலது கையிலிருந்து இடது கைக்கு மாற்றி, வலது கையைக் கடல் நீரில் கழுவினான். சூரியன் கடலில் மறைவதையும் பெரிய தூண்டில் கயிறு சாய்ந்து கிடப்பதையும் கவனித்தான்.

“அது மாறவே இல்லை” என்றான். தண்ணீரின் அசைவைக் கையால் உணர்ந்து, அது தன் வேகத்தைக் குறைத்திருப்பதைத் தெரிந்துகொண்டான்.

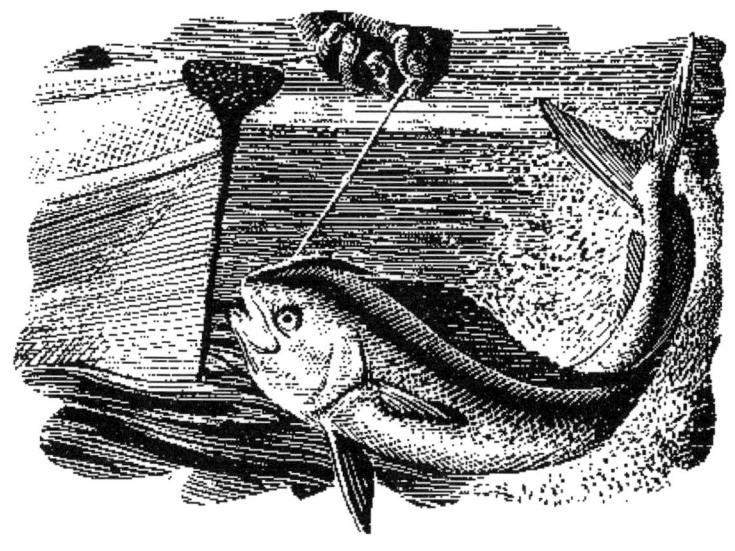

"இரண்டு துடுப்புகளையும் படகின் பின்பக்கம் இணைத்துக் கட்டிவிட வேண்டும். இரவில் அது தன் வேகத்தைக் குறைத்து விடும். இரவைக் கழிக்க அது தயாராயிருக்கிறது. நானும்தான்."

ஓங்கிலைச் சிறிது நேரம் சென்றபின் அறுத்தால் போதும்; அப்போதுதான் இரத்தம் உறைந்திருக்கும். பின்னர் துடுப்புகளை யும் கட்ட வேண்டும். மீனை அதன் போக்கிலே விடுவோம். சூரியன் மறையும் சமயத்தில் அதிகம் தொந்தரவு செய்ய வேண்டாம். எல்லா மீன்களுக்குமே அந்தி நேரம் சற்றுச் சிரமமாகத்தான் இருக்கும்.

கையைக் காற்றில் உலர்த்திவிட்டு தூண்டில் கயிற்றை விலக்கித் தன்னை விடுவித்துக்கொண்டு படகில் சாய்ந்து சற்று இளைப்பாறினான். இப்போது தூண்டிலின் வலிப்பை படகு தாங்கிக்கொண்டிருந்தது – இதுவரை அவன் செய்ததுபோல – அல்லது அதற்கும் சற்று அதிகமாகவே.

இதை எப்படிச் செய்ய வேண்டும் என்று கற்றுக்கொண்டேன். இதை மட்டும்தான். அப்புறம், அது தூண்டில் இரையைப் பற்றிய பிறகு எதுவுமே தின்னவில்லையே என்று நினைத்தான். எவ்வளவு பெரிய மீன். அதற்கு நிறைய உணவு தேவைப்படுமே. போனிட்டாவை முழுதும் தின்றுவிட்டேன். ஓங்கிலை நாளை சாப்பிட்டால் போதும். 'தங்கம்' என்று அதை அழைத்தான். சுத்தம் செய்யும்போதும் சிறிது தின்னலாம். போனிட்டாவைவிட இது கடினமாகத்தான் இருக்கும். அப்படிப் பார்த்தால் எதுதான் சுலபம்?

"மீனே, எப்படியிருக்கிறாய்?" என்று கேட்டான், உரக்க. "நான் நன்றாய் இருக்கிறேன். என் இடது கை முன்னைவிட நன்றாய் இருக்கிறது. இன்று இரவுக்கும் நாளை பகலுக்கும் எனக்கு உணவு கிடைத்து விட்டது. படகை இழுத்துக்கொண்டு போ" என்றான்.

உண்மையில் அவன் நன்றாயில்லை. முதுகில் உறைந்த கயிற்றின் வலி மறைந்து அந்த இடம் மரத்திருந்தது. இது நல்லதுக்கில்லை. ஆனால் இதைவிட மோசமானவற்றை அனுபவித்திருக்கிறேனே என்று நினைத்தான். கையில் பட்ட காயம் சிறியதுதான். மற்ற கையின் விறைப்பும் மறைந்துவிட்டது. கால்கள் சரியாய் இருக்கின்றன. உணவு விஷயத்தில் மீனைவிட நான் நல்ல நிலையில் இருக்கிறேன்.

இருட்டத் தொடங்கிவிட்டது. செப்டம்பரில் சூரியன் மறைந்ததும் விரைவில் இருட்டிவிடும். படகின் முன்பக்கத் தேய்ந்த பலகையின் மேல் படுத்துக்கொண்டு முடிந்தவரை ஓய்வு

எடுத்துக்கொண்டான். நட்சத்திரங்கள் ஒவ்வொன்றாகத் தோன்றத் தொடங்கின. வெள்ளி நட்சத்திரத்தின் பெயர் அவனுக்குத் தெரியாது. ஆனால் அது தென்பட்டவுடன் அவனது தூரத்து நண்பர்கள் எல்லாம் விரைவாகத் தோன்றத் தொடங்கிவிடுவர்.

"இந்த மீனும் எனது நண்பன்தான்" என்றான் உரக்க. இது மாதிரி மீனை நான் பார்த்ததுமில்லை, கேட்டதுமில்லை. ஆனால் அதைக் கொல்லத்தான் வேண்டியிருக்கிறது. நட்சத்திரங்களைக் கொல்ல வேண்டியதில்லை என்பதில் மகிழ்ச்சிதான்.

ஒவ்வொரு நாளும் ஒருவன் சந்திரனைக் கொல்ல வேண்டும் என்றிருந்தால் எப்படியிருக்கும்? சந்திரன் ஓடி மறைந்து கொள்ளும். ஆனால் சூரியனைக் கொல்ல முயன்றால்? நாமெல்லாம் பிறவியிலேயே அதிர்ஷ்டசாலிகள்தாம்.

மீனைப்பற்றி நினைத்தான். அதற்குச் சாப்பிட ஒன்றுமே யில்லையே என்று கவலைப்பட்டான். தான் அதைக் கொல்ல வேண்டியிருக்கிறதே என்பதற்கும் இப்போது அதற்காகக் கவலை கொள்வதற்கும் சம்பந்தமில்லை என்று எண்ணிக்கொண்டான். அது எத்தனை மனிதர்களுக்கு உணவாகப் போகிறது? ஆனால் அதை உண்பதற்கு அவர்களுக்குத் தகுதி இருக்கிறதா? நிச்சயமாக இல்லை. அதன் நடத்தையையும் தோரணையையும் பார்க்கும்போது அதைத் தின்ன யாருக்கும் தகுதி இல்லை.

இது ஒன்றும் எனக்குப் புரியாமலில்லை என்று நினைத்தான். நல்ல வேளை, சூரியனையும் சந்திரனையும் நட்சத்திரங்களையும் கொல்ல முயலவில்லையே. கடலை நம்பி வாழ்ந்துகொண்டு நம் உண்மையான சகோதரர்களை மட்டும் கொன்றால் போதும்.

இப்போது, இழுப்புபற்றி யோசிக்க வேண்டும். இதில் நன்மையும் இருக்கிறது, ஆபத்தும் இருக்கிறது. கயிற்றை நிறைய விட்டுக்கொடுத்துக்கொண்டிருந்தாலோ, துடுப்புகள் அப்படியேயிருந்து படகு கனமில்லாமலிருந்தாலோ அது சற்று முயன்று தப்பிவிடும். படகு கனமின்றி இருப்பதாலே நம் இருவரது கஷ்டமும் நீடிக்கிறது. ஆனால் அதுதானே என் பாதுகாப்பு. அவனால் வெகு வேகமாகச் செல்ல முடியும்; ஆனால் அதை இதுவரை வெளிக்காட்டவில்லை. எப்படியாவது இருக்கட்டும், ஓங்கிலை அறுத்து, அது கெட்டுப் போவதற்கு முன் கொஞ்சம் சாப்பிட்டுவிட வேண்டும். அப்போதுதான் வலு இருக்கும்.

இப்போது நான் மேலும் ஒரு மணி நேரம் ஓய்வெடுக்கப் போகிறேன். அதற்குள் அது கெட்டிப்பட்டு விடும். பிறகு படகின் பின்பக்கம் போய் வேலையை முடிக்க வேண்டும். மற்றவை பற்றிப் பின்னர் தீர்மானிக்கலாம். அதற்கிடையில் மீனின்

கிழவனும் கடலும்   63

நடத்தையில் ஏதாவது மாற்றம் தெரிகிறதா என்று பார்க்க வேண்டும். துடுப்புகளைக் கட்டி வைத்தது நல்ல யோசனை. ஆனால் அது இன்னும் எத்தனை நேரம் பாதுகாப்பாக இருக்குமோ தெரியவில்லை. மீனுக்கு இன்னும் பலம் இருக்கிறது. கொக்கி அதன் வாயின் ஓரத்தில் தைத்திருக்கிறது. அது வாயை இறுக மூடிக்கொண்டிருக்கிறது. கொக்கியின் வலியொன்றும் அதற்குப் பெரிதல்ல. பசிதான் முக்கியம். தன்னை எது தாக்கியிருக்கிறது என்று அறியாததுதான் பெரிய விஷயம். ஓய்வெடுத்துக்கொள் கிழவா. அது ஏதாவது செய்ய ஆரம்பித்த பின்னர்தான் உன் அடுத்த வேலையைத் தொடங்க வேண்டும்.

இரண்டு மணிநேரம் ஓய்வெடுத்து விட்டதாக அவனுக்குத் தோன்றியது. சந்திரன் இன்னும் உதயமாகவில்லை. எனவே நேரம் தெரியவில்லை. நன்கு ஓய்வெடுத்தான் என்று சொல்ல முடியாது. தோளின் குறுக்கேயிருந்த தூண்டில் கயிற்றில் மீனுடைய இழுப்பின் வேகத்தைத் தாங்கிக் கொண்டிருந்தான். இடது கையைப் படகின் விளிம்பில் அழுத்திப்பிடித்துப் பாரத்தைச் சற்றுப் படகுக்கு மாற்றினான்.

தூண்டில் கயிற்றை விட்டுக் கொடுத்துக்கொண்டேயிருந்தால் எவ்வளவு இலகுவாக இருக்கும். ஆனால் ஒரு சிறிய பலமான இழுப்பும் அதை அறுத்துவிடும். கயிற்றை என் உடல்மேல் அழுத்தி வைத்துக்கொண்டு, தேவையானால் இரண்டு கையாலும் விட்டுக் கொடுக்கவேண்டும்.

எர்னெஸ்ட் ஹெமிங்வே

"நீ இதுவரை உறங்கவே இல்லையே, கிழவா" என்றான் உரக்க. "அரைநாள் பகலும் ஒரு இரவும் கழிந்து விட்டது. இப்போது இன்னொரு பகல் கழிகிறது. நீ உறங்கவேயில்லை. அவன் அமைதியாக ஒழுங்காகச் சென்று கொண்டிருந்தால் உறங்குவதற்கு நீ ஒரு ஏற்பாடு பண்ணலாம். தூங்காவிட்டால் தலை தெளிவாயிருக்காது."

தலை தெளிவாகத்தான் இருக்கிறது என்று நினைத்துக் கொண்டான். நட்சத்திரங்களைப் போல் தெளிவாய் இருக்கிறேன். அவை என் சகோதரர்கள், இருப்பினும் நான் தூங்கத்தான் வேண்டும். அவை உறங்குகின்றன. சந்திரனும் சூரியனும் தூங்குகின்றன. கடல் கூடச் சில நாட்களில், நீரோட்டம் இல்லாத அமைதியான சில நேரங்களில், தூங்குகிறது.

தூங்குவதை மறந்துவிட வேண்டாம் என்று நினைத்தான். அதற்கு ஏற்பாடு செய். அதே சமயம் தூண்டிலுக்கும் ஏதாவது வழி பண்ணு. போய் ஓங்கிலைப் பக்குவப்படுத்து. தூங்கும்போது துடுப்புகளை இணைத்து வைத்திருப்பது ஆபத்து.

தூங்காமலே இருக்க முடியும் என்று தனக்குள் கூறிக் கொண்டான். ஆனால் அதுவும் ஆபத்துதான்.

தூண்டில் அசைந்து மீன் வெட்டி இழுக்காமலிருக்கக் கையை ஊன்றி முழங்காலில் நடந்து படகின் பின்பக்கம் சென்றான். மீன் அரைத் தூக்கத்தில் இருக்கலாம். ஆனால் அது ஓய்வெடுப்பதை நான் விரும்பவில்லை. இறப்பதுவரை அது படகை இழுத்துக்கொண்டே செல்லட்டும்.

படகின் பின்பக்கம் சென்றதும் தூண்டில் கயிற்றின் அழுத்தம் தோளின் குறுக்கே இருக்கும்படி இடது கையால் பிடித்துக்கொண்டான். உறையிலிருந்து கத்தியை வலது கையால் உருவினான். நட்சத்திரங்களின் ஒளியில் ஓங்கிலை தெளிவாகப் பார்க்க முடிந்தது. கத்தியை அதன் தலைக்குள் செலுத்தி அடிப்பக்கத்திலிருந்து இழுத்தான். ஒரு காலால் ஓங்கிலை அழுத்திப் பிடித்து வாலிலிருந்து தாடைவரை கீறினான். கத்தியைக் கீழே வைத்துவிட்டு வலது கையால் கிழித்தான். வயிறு கனமாக வழுவழுப்பாக கையில் பட்டது. அதைக் கீறித் திறந்தான். உள்ளே இரண்டு பறக்கும் மீன்கள் இருந்தன. புதிதாய், கெட்டியாய் இருந்தன. அவற்றை அருகில் அடுக்கி வைத்துவிட்டு மற்றப் பகுதிகளைத் தூக்கிப் படகுக்கு வெளியே கடலில் எறிந்தான். வெளிச்சம் பரப்பிக்கொண்டு அவை நீரில் மூழ்கின. ஓங்கில் குளிர்ந்து நட்சத்திர ஒளியில் வெளுத்திருந்தது. ஒரு காலை அதன் தலையில் வைத்து ஒரு பக்கத்தை உரிக்கத் தொடங்கினான். பிறகு

அதைத் திருப்பிப் போட்டு மற்றப் பக்கத்தையும் தலையிலிருந்து வால்வரை உரித்தான்.

ஓங்கிலின் உடலைப் படகுக்கு வெளியே மெதுவாகத் தள்ளினான். நீரில் ஏதாவது சுழிப்பு ஏற்படுகிறதா என்று பார்த்தான். ஒன்றுமில்லை. உடல் மெதுவாக நீருக்குள் இறங்கி மறைந்தது. பின் அவன் திரும்பி பறக்கும் மீன்கள் இரண்டையும் இரண்டு மீன் துண்டுகளுக்குள் திணித்து விட்டு, கத்தியை உறைக்குள் வைத்தான். படகின் முன் பக்கம் நகர்ந்து சென்றான். அவன் முதுகின் குறுக்கே தூண்டில் கயிறு கனத்தது. வலது கையில் மீனை வைத்திருந்தான்.

படகின் முன்பக்கம் வந்ததும் மீன் துண்டுகள் இரண்டையும் பலகையில் வைத்துவிட்டு, பறக்கும் மீன்களை அதன் அருகே வைத்தான். பின்னர் தூண்டில் கயிற்றைத் தோளில் இன்னொரு இடத்துக்கு மாற்றி இடது கையால் பிடித்துக்கொண்டு படகின் மேல் விளிம்பில் அமர்ந்து சற்று இளைப்பாறினான். பிறகு படகின் பக்கமாகக் குனிந்து, பறக்கும் மீன்களைத் தண்ணீரில் கழுவினான். அதே சமயம் கையால் நீரின் ஓட்டத்தையும் அறிந்து கொண்டான். மீனை உரித்ததில் கை பளபளப்பாக ஒளிர்ந்தது. தண்ணீரின் ஓட்டம் அதில் தெளிவாகத் தெரிந்தது. ஓட்டத்தின் வேகம் சற்று குறைந்தது. கையைப் படகின் பலகையில் தேய்த்ததும் பளபளப்பின் சிறு பகுதிகள் படகின் பின்னால் தண்ணீரில் மெதுவாக மிதந்து சென்றன.

"அது களைத்து விட்டது, அல்லது ஓய்வெடுத்துக் கொண்டிருக்கிறது" என்றான் கிழவன். "ஓங்கிலைச் சாப்பிட்டு விட்டுச் சற்று ஓய்வெடுப்போம். ஒரு குட்டித் தூக்கம் போடுவோம்."

நட்சத்திரங்களின் கீழே, இரவின் குளிரில், ஓங்கில் மீன் துண்டின் பாதியையும், தலையையும் வெட்டி எறிந்து விட்டு ஒரு பறக்கும் மீனையும் தின்றான்.

"சமைத்துச் சாப்பிட்டால் ஓங்கில் மிக ருசியாக இருக்கும்" என்றான் அவன். "பச்சையாகத் தின்றால் நன்றாக இருக்காது. இனிமேல் உப்பும் எலுமிச்சையும் இல்லாமல் படகில் போகவே கூடாது."

எனக்குப் புத்தியில்லை. கடல் நீரைப் படகின் முன்பக்கம் பலகையில் ஊற்றி வைத்திருந்தால் வெயிலில் நீர் ஆவியாகி உலர்ந்து கொஞ்சம் உப்பு கிடைத்திருக்கும். ஆனால் ஓங்கிலைப் பிடிக்கும் போது ஏறக்குறைய இரவாகி விட்டது. சற்று முன்னதாகவே செய்திருக்கலாம். பரவாயில்லை. மீனை நன்றாக மென்று தின்றுவிட்டேன். குமட்டவில்லை.

எர்னெஸ்ட் ஹெமிங்வே

கிழக்கு வானில் மேகங்கள் குவிய ஆரம்பித்தன. அவனுக்குப் பரிச்சயமான நட்சத்திரங்கள் ஒன்றன்பின் ஒன்றாக மறையத் தொடங்கின. மேகங்கள் சூழ்ந்த ஒரு குகைக்குள் நுழைவது போலிருந்தது. காற்று நின்றுவிட்டது.

"இன்னும் இரண்டு மூன்று நாட்களில் வானிலை மோசமாகிவிடும். இன்றிரவு இல்லை; நாளையும் இராது. படகைச் சற்று ஒழுங்குபடுத்திவிட்டுக் கொஞ்சம் தூங்கு கிழவா. மீன் அமைதியாகவும் நேராகவும் போய்க்கொண்டிருக்கிறது."

கயிற்றை வலது கையில் பலமாகப் பிடித்துக்கொண்டு தொடையை வலது கையால் அழுத்தி, உடல் பாரம் முழுவதையும் படகின் முன்பக்கப் பலகையில் சரித்தான். கயிற்றைத் தோளில் சற்றுத் தாழ்த்தி அமர்த்திவிட்டு இடது கையை அதன் மேல் வைத்து அழுத்திப் பிடித்துக்கொண்டான்.

என் வலதுகை அதைப் பிடித்துக்கொண்டிருக்கும் என்று நினைத்தான். உறக்கத்தில் அது சற்று தளர்ந்தால் இடதுகை என்னை எழுப்பிவிடும். இது பழக்கம்தான். இருபது நிமிஷமோ அரைமணி நேரமோ தூங்கினால் நல்லது. கயிற்றின் மேல் உடம்பு முழுவதையும் கிடத்திச் சுருண்டு படுத்தான். வலது கைமேல் உடல் பாரம் இருந்தது. அயர்ந்து தூங்கினான்.

அவன் கனவில் சிங்கங்கள் வரவில்லை. ஆனால் கடல் நாய்க் கூட்டம் வந்தது. எட்டு, பத்து மைல் தூரத்துக்கு நீண்டிருந்தது. அது இனவிருத்திக் காலம். நீரிலிருந்து மேலே துள்ளிக் குதித்து மீண்டும் அதே இடத்தில் விழுந்துகொண்டிருந்தன.

அப்புறம் கிராமத்தில் படுக்கையில் இருப்பதாகக் கனவு வந்தது. வாடைக் காற்று. ஒரே குளிர். தலையணைக்குப் பதிலாக வலது கையின் மேல் தலையை வைத்துப் படுத்திருந்ததால் கை மரத்து விட்டிருந்தது.

அப்புறம் மஞ்சள் கடற்கரையைப் பற்றிக் கனவு காணத் தொடங்கினான். இருள் கவியத் தொடங்கும்போது முதல் சிங்கம் வந்தது. அதைத் தொடர்ந்து பிற சிங்கங்கள் வந்தன. கப்பல் கரையையொட்டி நங்கூரம் பாய்ச்சியிருந்தது. முன்பக்கப் பலகையில் மோவாய்க்கட்டையை வைத்துப் பார்த்துக்கொண் டிருக்கிறான். கரையிலிருந்து இளங்காற்று வீசியது. மேலும் சிங்கங்கள் வருவதைப் பார்க்கக் காத்திருந்தான். அவனுக்கு மகிழ்ச்சியாக இருந்தது.

நிலா உயரே எழும்பி வெகு நேரம் ஆகிவிட்டது. அவன் உறங்கிக்கொண்டிருந்தான். மேகச் சுரங்கத்தை நோக்கி மெதுவாகப் படகை இழுத்துச் சென்று கொண்டிருந்தது மீன்.

வலது கை முஷ்டி பலமாக முகத்தைத் தாக்கியதில் அவன் திடுக்கிட்டு விழித்தான். கயிறு வேகமாக இழுபடுவதில் கை எரிந்தது. இடது கையில் உணர்வு இல்லை. வலது கையால் கயிற்றைப் பிடித்து நிறுத்த முயன்றான். கயிறு வேகமாகச் சென்று கொண்டிருந்தது. கடைசியில் இடது கை கயிற்றைப் பற்றியதும் பின்னால் சாய்ந்து முதுகை அதன் மேல் அழுத்தினான். கயிறு இப்போது முதுகையும் இடது கையையும் எரித்தது. வலியையும் கடுமையான காயத்தையும் இடதுகை ஏற்றுக்கொண்டது. சுருட்டி வைத்திருந்த தூண்டில் கயிற்றைப் பார்த்தான். அது மெதுவாகச் சுழன்று வந்துகொண்டிருந்தது. அப்பொழுது மீன் கடல் நீரைக் கிழித்துக்கொண்டு வேகமாக வெளியே துள்ளி, கனமாக நீரில் விழுந்தது. மீண்டும் மீண்டும் துள்ளியது. படகு வேகமாகப் போய்க்கொண்டிருந்தது. கயிறும் விரைவாகச் சென்றது. மிகவும் பயத்துடன் அதை இழுத்துப் பார்த்தான். அறுந்து போய்விடும் நிலையில் இருந்தது கயிறு. திடீரென்று படகின் முன்பக்கம் அவன் குப்புற விழுந்தான். ஓங்கில் மீன் துண்டுகளில் முகம் பதிந்தது. அவனால் அசைய முடியவில்லை.

இதற்காகத்தான் காத்துக்கொண்டிருந்தோம் என்று எண்ணினான். இனிப் பார்த்துக்கொள்ளலாம்.

வேண்டிய அளவு கயிற்றை இழுக்கட்டும் என்று நினைத்துக்கொண்டான்.

மீன் துள்ளிக் குதிப்பதை அவனால் பார்க்க முடியவில்லை. அது பலமாக நீரில் விழும் சப்தங்களைக் கேட்டான். கயிறு வேகமாக இழுபடுவதில் கையை வெட்டியது. ஆனால் இப்படி ஆகும் என்று அவனுக்குத் தெரியும். சதைப்பற்றுள்ள இடத்தில் வெட்டுப் படாமல் பார்த்துக்கொண்டான். கயிறு உள்ளங்கையில் நழுவிவிடாமலும் விரல்களை வெட்டிவிடாமலும் கவனித்துக் கொண்டான்.

சிறுவன் இங்கே இருந்தால் கயிற்றை ஈரப்படுத்துவதற்கு உதவுவான் என்று நினைத்தான். சிறுவன் இங்கே இருந்தால். சிறுவன் இங்கே இருந்தால்.

கயிறு வெளியே போய்க்கொண்டேயிருந்தது. இப்போது சற்று மெதுவாக. அதன் ஒவ்வொரு அங்குல இழுப்பிலும் மீன் சிரமப்படும்படிப் பார்த்துக்கொண்டான். பலகையிலிருந்து தலையை உயர்த்தி, கன்னத்தில் அப்பியிருந்த மீன் துணுக்குகளை அகற்றினான். முழங்கால்களை ஊன்றி எழுந்து நின்றான். தொடர்ந்து, ஆனால் மெதுவாக, கயிற்றை விட்டுக்கொடுத்தான். தலையைத் திருப்பாமல் காலால் தடவி கயிறு இன்னும் எவ்வளவு இருக்கிறது என்று பார்த்தான். நிறைய இருக்கிறது. அவ்வளவையும் இழுத்துக்கொண்டு நீருக்குள் செல்ல வேண்டும் அந்த மீன்.

இப்பொழுது ஒரு டஜன் தடவைக்கு மேல் அது நீருக்கு வெளியே குதித்து முதுகில் உள்ள காற்றுப்பை நிறையக் காற்றை இழுத்து எடுத்துக்கொண்டது. இனி அது அதிக ஆழம் கீழே போகாது. போனால் இறந்துவிடும். என்னால் அதை மேலே கொண்டு வரவும் முடியாது. விரைவில் அது சுற்றத் தொடங்கும். அப்போது என் வேலையை ஆரம்பிக்க வேண்டும். இப்போது அது ஏன் துள்ளிக் குதித்தது. பசியா? இரவில் எதையாவது கண்டு பயந்துவிட்டதா? அப்படித்தான் இருக்கும். ஆனால் அது அமைதியான, வலுவான மீன் ஆயிற்றே. பயமற்ற நம்பிக்கை கொண்டதல்லவா. ஆச்சரியம்தான்.

"நீயும் பயமில்லாமல் நம்பிக்கையுடன் இரு கிழவா" என்றான் அவன். "இப்போது மீண்டும் அவனைப் பிடித்துக் கொண்டிருக்கிறாய். கயிறும் அதிகம் இல்லை. விரைவில் அவன் வட்டமடிக்கத் தொடங்கிவிடுவான்."

இடது கையாலும் தோளாலும் தன்னைத் தாங்கியபடி குனிந்து வலது கையால் நீரை அள்ளி முகத்தில் அப்பியிருந்த ஓங்கில் துணுக்குகளைக் கழுவினான். இல்லாவிட்டால் அவை அவனை வாந்தி எடுக்க வைத்து பலமிழக்கச் செய்துவிடும். முகத்தைக் கழுவியதும் வலது கையை உப்புத் தண்ணீரில் சற்று நேரம் வைத்திருந்தான். சூரிய உதயத்தின் முதல் வெளிச்சம் வரத்தொடங்கிவிட்டது. கிழக்கு நோக்கித்தான் மீன் போய்க்கொண்டிருக்கிறது என்று நினைத்தான். அது களைத்துப் போய் நீரோட்டத்தின் வழியே செல்வதாகத் தெரிகிறது. விரைவில் வட்டமடிக்கத் தொடங்கிவிடும். அப்போதுதான் நமது உண்மையான வேலையும் ஆரம்பமாகும்.

வலது கை போதுமான நேரம் தண்ணீரில் இருந்ததால் அதை வெளியே எடுத்து உற்றுப் பார்த்தான்.

"பரவாயில்லை. மனிதனுக்கு வலி ஒரு பொருட்டல்ல" என்றான்.

கயிற்றைச் சற்று கவனமாகப் புதிய காயங்களில் படாதவாறு மாற்றி, உடல் கனத்தை அகற்றி இடது கையைப் படகின் வெளியே கடல் நீரில் அமிழ்த்தினான்.

"நீயும் கொஞ்சம் நல்லபடியாக வேலை பார்த்திருக்கிறாய்" என்றான் இடது கையிடம். "ஆனால் நீ இருப்பதையே சற்று நேரம் உணர முடியாமல் இருந்தேன்."

ஏன் நான் இரண்டு நல்ல கைகளுடன் பிறக்கவில்லை என்று நினைத்தான். ஒருவேளை அதற்கு நான் சரியான பயிற்சி கொடுக்கவில்லையோ. என் தவறுதான் அது. கற்றுக்கொள்ள நிறையச் சந்தர்ப்பங்கள் இருக்கத்தான் செய்தன. இரவில் நல்ல வேலை பார்க்கத்தானே செய்தோம். ஒரே ஒரு தடவைதான் கை மரத்திருக்கிறது. இனி மரத்துப்போனால் கயிறு கையை வெட்டினாலும் பரவாயில்லை.

சரியாகச் சிந்திக்க முடியவில்லையோ என்று தோன்றியதும் கொஞ்சம் ஓங்கில் துண்டுகளைச் சாப்பிடலாமா என்று நினைத்தான். வேண்டாம். வாந்தி எடுத்து, சக்தி குறைவதைவிட யோசிக்காமல் இருப்பது பரவாயில்லை. முகம் வேறு அதில் பதிந்திருந்தது. அவசரத் தேவைக்கு வேண்டுமானால் அதைப் பயன்படுத்திக் கொள்ளலாம். அதுவரை அது கெடாமல் இருக்க வேண்டும். இப்போது சத்தான உணவு உண்டு பலம் பெறுவதற்கு நேரமில்லை. முட்டாள், பறக்கும் மீன் இன்னொன்று இருக்கிறதே, அதைச் சாப்பிடலாமே.

ஆம். அது சுத்தப்படுத்தப்பட்டுத் தயாராக இருந்தது. இடது கையால் அதை எடுத்து, எலும்புகளைக் கவனமாக மென்று வால் உட்பட முழுமையாகச் சாப்பிட்டான்.

எந்த மீனை விடவும் இது சத்துள்ளது என்று நினைத்தான். எனக்குத் தேவையான சக்தியாவது கிடைத்ததே. என்னால் முடிந்ததைச் செய்தாகிவிட்டது. அது வட்டமிட ஆரம்பிக்கட்டும். போரைத் தொடங்கட்டும்.

அவன் கடலுக்கு வந்து மூன்றாவது தடவையாகச் சூரியன் உதிக்க ஆரம்பித்ததும் மீன் வட்டமிடத் தொடங்கியது.

கயிறு தளர்ந்து கிடந்ததால் அது வட்டமிடுவதை அவனால் கவனிக்க முடியவில்லை. அதற்கு நேரம் இருக்கிறதே, கயிற்றின் அழுத்தத்தின் வேகம் சற்றுக் குறைவதை உணர்ந்ததும் மெதுவாக அதை வலது கையால் இழுக்க ஆரம்பித்தான். வழக்கம்போல

அது இறுகியது. அறுந்து விடும் என்று தோன்றிய தருணத்தில் சற்றுத் தளர்ந்தது. தோளையும் தலையையும் கயிற்றின் அடி வழியே நுழைத்து, மெதுவாகச் சீரான வேகத்தில் இழுக்கத் தொடங்கினான். இரண்டு கையாலும் மாறி மாறி முடிந்தவரை இழுத்தான். உடம்பும் கால்களும் கூட உழைத்தன. கயிறு சுழன்று வருவதற்கேற்ப அவை அசைந்தாடின.

"பெரிய வட்டம்தான். எனினும் வட்டமடிக்க ஆரம்பித்து விட்டதே."

அப்புறம் கயிற்றை மேற்கொண்டு இழுக்க முடியவில்லை. அப்படியே பிடித்துக்கொண்டு நீர்த்துளிகள் சூரிய ஒளியில் சொட்டு சொட்டாக விழுவதைப் பார்த்தான். கயிறு மீண்டும் தளர ஆரம்பித்ததும் கிழவன் முழங்கால் ஊன்றி உட்கார்ந்து, விருப்பமின்றி, அதை இருண்ட நீருக்குள் விடத் தொடங்கினான்.

"வட்டத்தின் வெளிக்கோட்டை அது இப்போது வரைந்து கொண்டிருக்கிறது" என்றான். முடிந்தவரை அதைப் பிடித்துக் கொண்டிருக்க வேண்டும். அழுத்தம் ஒவ்வொரு தடவையும் வட்டத்தைச் சிறிதாக்கும். இன்னும் ஒரு மணி நேரத்தில் அதைப் பார்த்து விடுவேன். இப்போதே அதை அதற்கு உணர்த்திவிட வேண்டும். அப்புறம்தான் அதைக் கொல்லவேண்டும்."

ஆனால் மீன் நிதானமாக வட்டமடித்தபடியே இருந்தது. கிழவனுக்கு வியர்த்தது. இரண்டு மணி நேரத்துக்குப் பிறகு எலும்பு வரை களைப்பு மேலிட்டது. வட்டங்கள் இப்போது குறுகத் தொடங்கின. கயிற்றின் சாய்விலிருந்து மீன் நீந்திக்கொண்டே ஆழத்திலிருந்து மேலே வருவதை உணர்ந்தான்.

ஒரு மணி நேரமாகக் கிழவன் தன் கண் முன்னால் கரும் புள்ளிகள் தென்படுவதைக் கண்டான். வியர்வை அவன் கண்களிலும் நெற்றியிலும் கண்களுக்கு உயரே இருந்த காயங்களிலும் பட்டுக் கரித்தது. கரும்புள்ளிகளைப் பற்றி அவன் கவலைப்பட வில்லை. கயிற்றை வலிப்பதால் ஏற்படும் அழுத்தத்தால் சாதாரணமாக அவை தென்படும்தான். மயக்கத்தில் அவன் கண்கள் இரண்டு தடவை இருண்டன. அதுதான் அவனைக் கவலைப்படுத்தியது.

"இந்த மாதிரி ஒரு மீனிடம் நான் தோற்றுப்போய் உயிரை இழக்கக்கூடாது" என்றான் அவன். "அது எவ்வளவு அழகாக வந்து கொண்டிருக்கிறது. கடவுள்தான் காப்பாற்ற வேண்டும். கஷ்டத்தைப் பொறுத்துக்கொள்ள 'பரம பதத்திலிருக்கும் பிதாவே' நூறு தரமும், 'கன்னி மரியாளே' நூறு தரமும் சொல்ல வேண்டும். இப்போது அல்ல."

சொல்லி விட்டதாகவே நினைத்துக்கொள் என்றான். அப்புறமாக நான் அவற்றைச் சொல்லிக் கொள்கிறேன்.

இரண்டு கையாலும் பிடித்துக்கொண்டிருந்த தூண்டில் கயிறு திடீரென்று இழுத்து வெட்டியதை உணர்ந்தான். கூர்மையாக, கடுமையாக, வலுவாக இருந்தது அது.

கம்பி முனையை அது தன் கூரான மூக்கால் தாக்குகிறது என்று நினைத்தான். அதுதான் முறை. அது செய்ய வேண்டியதும் அதுதான். அது அவனைத் துள்ளும்படி செய்யும். ஆனால் அது வட்டமடித்துக் கொண்டிருப்பதுதான் நல்லது. காற்றைப் பெறுவதற்காக அது இந்த மாதிரி துள்ளத்தான் செய்யும். ஆனால் கொக்கி ஏற்படுத்திய காயத்தைக் கொஞ்சம் கொஞ்சமாகப் பெரிதாக்கிக் கொக்கியை அது கழற்றிவிடவும் நேரிடலாம்.

"துள்ளாதே மீனே" என்றான் அவன். "துள்ளாதே."

மீன் மீண்டும் மீண்டும் கம்பியைத் தாக்கியது. ஒவ்வொரு தடவை அது தலையை ஆட்டும் போதும் கிழவன் கயிற்றை நீளமாக விட்டுக் கொடுத்துக்கொண்டிருந்தான்.

அதன் வலி அப்படியே இருக்கட்டும் என்று நினைத்தான். எனது வலி கிடக்கட்டும். சமாளித்து விடுவேன். ஆனால் அதன் வலி அதை வெறிபிடிக்கச் செய்துவிடும்.

அதன் பிறகு, கம்பியைத் தாக்குவதை நிறுத்திவிட்டு மெதுவாக வட்டமடிக்கத் தொடங்கியது மீன். கிழவன் கயிற்றை இழுத்தபடியே இருந்தான். மயக்கம் வருவது போல் தோன்றியது. இடது கையால் கொஞ்சம் கடல்நீரை அள்ளி தலையில் தெளித்துக் கொண்டான். முதுகிலும் கொஞ்சம் தடவிக்கொண்டான்.

"எனக்கு வலி ஒன்றுமில்லை. மீன் விரைவில் மேலே வந்து விடும். அதுவரை தாங்கிக்கொள்ள முடியும். இப்போது அதைப் பற்றி நினைக்கவே வேண்டாம்."

படகின் முன்பக்கம் மண்டியிட்டு, ஒரு வினாடி கயிற்றை மீண்டும் முதுகின்மேல் நழுவ விட்டான். அது வட்டமிடும்வரை சற்று ஓய்வெடுக்கலாம். அப்புறம் அது வரும்போது எழுந்து வேலையைப் பார்க்கலாம் என்று நினைத்தான்.

படகின் முன்பக்கம் ஓய்வெடுத்தபடி கயிற்றை இழுக்காமல் மீனை ஒரு சுற்றுக்கு விடலாம் என்று ஆசையாயிருந்தது. ஆனால் மீன் திரும்பிப் படகை நோக்கி வருவதை உணர்ந்ததும் கிழவன் எழுந்து படகோடு ஒட்டி நின்றுகொண்டு கயிற்றை இழுத்தபடி இருந்தான்.

முன்னைவிட அதிகக் களைப்பாக இருக்கிறது. மேற்கிலிருந்து காற்று அடிக்கிறது. மீனைக் கொண்டு செல்வதற்கு அது எனக்கு மிகவும் தேவை.

"அடுத்த சுற்றுக்கு அது போகும்போது நான் சற்று ஓய்வு எடுக்க வேண்டும். இப்போது பரவாயில்லை. இன்னும் இரண்டு மூன்று சுற்றுப் போகட்டும். அதைப் பிடித்து விடலாம்."

அவன் தொப்பி தலையின் பின்பக்கம் தொங்கியது. படகின் முன்பக்கம் உட்கார்ந்தபடி கயிற்றைப் பிடித்துக் கொண்டிருந்தபோது மீன் திரும்பத் தொடங்கியதை உணர்ந்தான்.

உன் வேலையைப் பார் மீனே. திரும்பும்போது உன்னைப் பிடித்துவிடுகிறேன்.

கடல் மட்டம் நன்றாக உயர்ந்து விட்டது. ஆனால் காற்று இதமாக இருந்தது. வீடு திரும்ப அது மிகவும் அவசியம்.

"தெற்கும் மேற்குமாகப் படகைச் செலுத்த வேண்டும். கடலில் ஒருவன் வழிதவறவே மாட்டான். அது ஒரு பெரிய தீவு."

மூன்றாவது சுற்றில்தான் முதன் முதலாக அந்த மீனைப் பார்த்தான்.

படகின் அடியில் கடந்து செல்லும் ஒரு கரிய நிழலாகத்தான் அதை முதலில் கண்டான். கடப்பதற்கு நீண்ட நேரம் ஆயிற்று. அதன் நீளத்தை அவனால் நம்பவே முடியவில்லை.

"இவ்வளவு பெரிய மீனா! இருக்கவே இருக்காது!"

ஆனால் அது அவ்வளவு பெரிய மீன்தான். இந்தச் சுற்றின் முடிவில் முப்பதடி தொலைவில் அது கடல் மட்டத்துக்கு வந்தது. தண்ணீருக்கு வெளியே தெரிந்த வாலை அவன் பார்த்தான். ராட்சசப் புல்வெட்டும் கத்திபோலப் பெரிதாக, நீலக்கடலின் உயரே, மங்கிய லாவெண்டர் வண்ணத்தில் இருந்தது. அது திரும்பி நீர்மட்டத்திற்கடியில் நீந்திச் சென்றபோது அதன் பிரம்மாண்ட உடலையும் ஊதா நிறக் கோடுகளையும் பார்த்தான். முதுகுச் சிறகு கீழ்நோக்கி இருந்தது. மார்புச் சிறகு அகலமாக விரிந்திருந்தது.

இந்தச் சுற்றின்போது அதன் கண்களையும் அதைச் சுற்றி நீந்தும் இரண்டு சிறிய உறிஞ்சி மீன்களையும் பார்த்தான். சில சமயங்கள் அவை மீனைப் பற்றிக் கொள்ளும். சில சமயம் வேகமாக நீந்திச்செல்லும். சில சமயம் மீனின் நிழலிலேயே நீந்தும். அவை மூன்றடிக்குமேல் நீளம் உள்ளவை. வேகமாக நீந்தும்போது விலாங்கு மீனைப் போல் உடம்பை வளைத்துச் சென்றன.

கிழவனும் கடலும்

கிழவனுக்கு நன்றாக வியர்த்தது. சூரியன் மட்டுமல்ல இதற்குக் காரணம். மீனின் ஒவ்வொரு திருப்பத்திலும் அவன் கயிற்றை இழுத்தபடி இருந்தான். இன்னும் இரண்டு சுற்றுகள்தான். மீனின் மேல் ஈட்டியைப் பாய்ச்சும் தருணம் வந்துவிடும்.

ஆனால் அது இன்னும் நெருங்கி நெருங்கி நெருங்கி வரவேண்டும். அதன் தலையை அல்ல, இதயத்தைத்தான் தாக்க வேண்டும்.

"அமைதியாக இரு கிழவா. திடமாக இரு."

அடுத்த சுற்றில் மீனின் முதுகு வெளிப்பட்டது. ஆனால் அது படகிலிருந்து வெகுதொலைவில் இருந்தது. அதற்கடுத்த சுற்றில் இன்னும் தூரத்தில் இருந்தபோதிலும் தண்ணீருக்கு வெளியே வந்தது. சிறிது தூரம் கயிற்றை இழுத்தால் அருகில் வந்துவிடும்.

அவன் ஈட்டியைத் தயாராய் வைத்திருந்தான். அதை இணைத்திருந்த கயிறு சுருட்டப்பட்டு ஒரு வட்டமான கூடைக்குள் இருந்தது. கடைசிமுனை படகின் முன்பக்கம் ஒரு வளையத்தில் கட்டப்பட்டிருந்தது.

மீன் வட்டமிட்டபடியே வந்தது. அழகாக அமைதியாக இருந்தது. அதன் வால் மட்டும் அசைந்தது. தன் பக்கம் அது வருவதற்காகக் கிழவன் முழுபலத்துடன் இழுத்தான். அது அவன் பக்கம் ஒரு வினாடி திரும்பியது. அப்புறம் தன்னை நிமிர்த்திக் கொண்டு வட்டமிட ஆரம்பித்தது.

"எப்படியோ, நான் அதை அசைத்துவிட்டேன்" என்றான் கிழவன்.

அவனுக்கு மீண்டும் லேசாக மயக்கம் வருவதை உணர்ந்தான். ஆயினும் முடிந்தவரை மீனைப் பற்றியிருக்கும் கயிற்றைப் பிடித்தபடியே இருந்தான். அதை அசைத்து விட்டேன் என்று நினைத்துக்கொண்டான். இந்தத் தடவை அதைப் பிடித்து விடலாம். கையே, இழு அவனை என்றான். கால்களே, உறுதியாய் நின்று கொள்ளுங்கள். கொஞ்ச நேரம் எனக்காகத் தாக்குப் பிடியுங்கள். எனக்காக. நீங்கள் என்றுமே என்னைக் கைவிட்டதில்லை. இந்தத் தடவை அதைப் பிடித்து விடுவேன்.

தன் சக்தி முழுவதையும் செலுத்தி, முழு பலத்துடன் அதை இழுத்தபோது மீன் கயிற்றை இழுத்துக்கொண்டு திரும்பி அங்கிருந்து நீந்திச் சென்றுவிட்டது.

கிழவன், "மீனே, எப்படியும் சாகத்தானே போகிறாய். என்னையும் கொல்ல வேண்டுமா?" என்றான்.

இப்படியே போனால் எதையும் சாதிக்க முடியாது என்று நினைத்தான். பேச முடியாத அளவு வாய் உலர்ந்து விட்டது. ஆனால் தண்ணீரை எட்டி எடுக்க முடியவில்லை. இந்தத் தடவை அதைப் பிடித்துவிட வேண்டும். இப்படித் திருப்பித் திருப்பி வந்தால் என்னால் எதுவும் செய்ய முடியாது. இல்லை, உன்னால் முடியும் என்று தனக்குள் சொல்லிக்கொண்டான். எப்போதுமே நீ கெட்டிக்காரன்தான்.

அடுத்த சுற்றில் அவன் கிட்டத்தட்ட மீனைப் பற்றிவிட்டான். ஆனால் அது மீண்டும் வலது பக்கம் திரும்பி மெதுவாக நீந்திச் சென்றுவிட்டது.

என்னைக் கொல்கிறாய் நீ என்று நினைத்தான் கிழவன். அதற்கு உனக்கு உரிமை இருக்கிறது. தம்பி, உன்னைப் போல் பெரிய அழகிய கம்பீரமானவனை நான் பார்த்ததே இல்லை. வா. வந்து என்னைக் கொல். யார் யாரைக் கொல்கிறார்கள் என்பதைப் பற்றி எனக்குக் கவலை இல்லை.

உனக்குப் பைத்தியமா என்று நினைத்தான் கிழவன். மூளை தெளிவாக இருக்க வேண்டும். தலையைத் தெளிவாக வைத்துக்கொள்வதுடன் ஒரு மனிதனைப் போல் கஷ்டப்படவும் தெரிந்திருக்க வேண்டும். அல்லது ஒரு மீனைப் போல்.

"தலையே, தெளிந்து விடு" என்றான் தனக்கே கேட்காத மெல்லிய குரலில். "தெளிந்து விடு."

மீன் இரண்டு தடவை வந்து முன்போலவே திரும்பிச் சென்று விட்டது.

என்னவோ தெரியவில்லை. இந்த இடத்துக்கு வந்ததும் ஒவ்வொரு தடவையும் திரும்பி விடுகிறதே என்று எண்ணினான். ஒன்றும் புரியவில்லை. மீண்டும் ஒரு தடவை முயற்சி செய்யலாம்.

மீண்டும் ஒரு தடவை முயற்சி செய்தான். இந்தத் தடவை மீனைத் தாக்கி விடலாம் என்று நினைத்த தருணத்தில் மீன் மீண்டும் திரும்பியது, காற்றில் தன் வாலை அசைத்தபடி.

இன்னமும் முயற்சி செய்வேன் என்று சபதமிட்டான் கிழவன். அவன் கைகள் வழவழப்பாயிருந்தன. பார்வை மங்கியது.

முயற்சிகள் முன்புபோலவே வீணாயின. தொடங்குவதற்கு முன்பே முடிந்துவிடுகிறது. நான் மீண்டும் முயல்வேன்.

வலியைப் பொறுத்துக்கொண்டு எஞ்சியிருந்த சக்தியையும் இழந்துவிட்ட கர்வத்தையும் திரட்டினான். நீண்ட பரந்த பளபளப்பான ஊதா நிறக்கோடுகள் கொண்ட சக்தி வாய்ந்த மீன் அவன் பக்கமாக எழும்பிப் படகின் பலகையை மூக்கால் தொடும் அளவுக்கு நீந்தி வந்தது.

கிழவன் கயிற்றைக் கீழே வீசிக் காலை அதன் மேல் வைத்துக்கொண்டு தன் சக்தியெல்லாம் திரட்டி, ஈட்டியை முடிந்தவரை உயர்த்தி, மேலும் சக்தியைச் சேர்த்து, மீனின் பக்கவாட்டில் ஆள்உயர மார்புச் சிறகின் பின்னால் ஆழமாகச் செலுத்தினான். ஈட்டி உள்ளே நுழைவதை உணர்ந்தான். அதன்மேல் தன் உடலை அழுத்தி மேலும் உடலுள் செலுத்தி தன் முழு பாரத்தையும் அதன்மேல் சுமத்தினான்.

மரணத் துடிப்பில் மீன் தன் நீளத்தையும் அகலத்தையும் வலிமையையும் அழகையும் காட்டியபடி நீருக்கு வெகு உயரத்தில் துள்ளியது. கிழவனுக்கும் படகுக்கும் மேலே காற்றில் தொங்குவது போல் தோன்றியது. உடனேயே கடலில் தொபீரென விழுந்து கிழவன் மேலும் படகிலும் தண்ணீரைச் சிதறியடித்தது.

கிழவனுக்கு மயக்கமும் வாந்தியும் வரும் போலிருந்தது. பார்வை மங்கியது. ஈட்டியில் கட்டியிருந்த கயிற்றைத் தன் கைகளின் வழியாக மெதுவாக விட்டுக் கொடுத்தான். பார்வை தெளிந்து பார்த்தபோது வெள்ளிவயிறு வெளியே தெரிய மீன் தண்ணீரில் மிதந்து கிடந்தது. ஈட்டியின் கைப்பிடி அதன் தோள்ப் பட்டையிலிருந்து துருத்திக்கொண்டிருந்தது. அதன் இதயத்திலிருந்து கொட்டிய இரத்தம் கடல் நீரைச் சிவப்பாக்கிக்

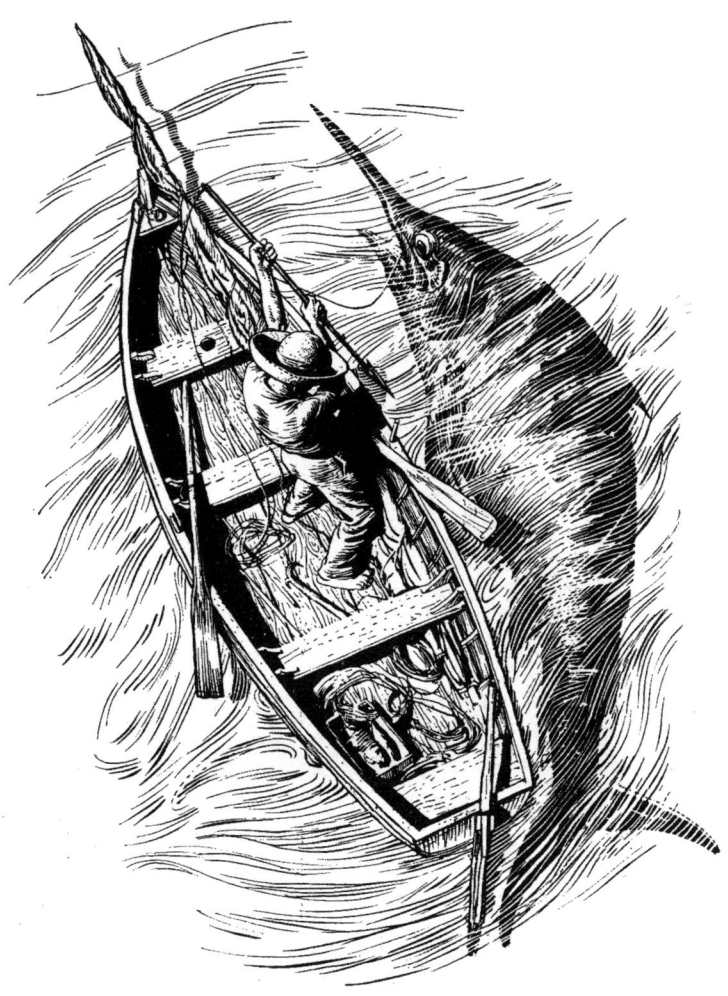

கொண்டிருந்தது. ஒரு மைல் ஆழமுள்ள நீலநிற நீரில் அது முதலில் மீன்கூட்டம் போல் கறுப்பாக இருந்தது. பின்னர் ஒரு மேகம் போல் பரந்தது. வெள்ளி போல் மின்னிய மீன் அசைவின்றி அலைகளின் நடுவே மிதந்தது.

கிழவன் ஜாக்கிரதையாகக் கண்களைக் கசக்கிக்கொண்டு அந்தக் காட்சியைப் பார்த்தான். ஈட்டியின் கயிற்றைப் பாய்மரத்தில் இரண்டு சுற்றுச் சுற்றிவிட்டு தலையைக் கைகளில் தாங்கிக் கொண்டான்.

கிழவனும் கடலும்

"மயக்கம் தெளியட்டும்" என்றான், படகின் பலகையைப் பார்த்து. "நான் கிழவன். களைத்து விட்டேன். என் சகோதரனைக் கொன்றுவிட்டேன். இனிமேல்தான் இருக்கிறது ஏகப்பட்ட வேலை."

அதை இழுத்துவர இனிக் கயிறுகளில் சுருக்குகள் இடவேண்டும். இரண்டுபேர் இருந்து அதைக் கட்டி இழுத்துப் படகில் ஏற்றினால்கூடப் படகு தாங்காது. எல்லாம் தயார் செய்துவிட்டு அதைக் கயிற்றால் நன்றாகக் கட்டிப் பிணைத்துப் பாயை வலித்து வீட்டுக்குக் கிளம்ப வேண்டும்.

அவன் மீனைப் படகின் அருகே இழுக்கத் தொடங்கினான். அதன் மூச்சுக்குழாய் வழி கயிற்றைச் செலுத்தி வாய் வழியாக இழுத்து, தலை படகின் பக்கமாக இருக்கும்படிக் கட்டினான்.

அதைப் பார்த்துக்கொண்டிருக்க வேண்டும், தொட்டுக் கொண்டிருக்க வேண்டும், என்னுடைய அதிர்ஷ்டம் அது என்று நினைத்தான். அதற்காக அல்ல நான் அவனைத் தொட விரும்புவது. அதன் இதயத்தைத் தொட்டு விட்டேன், ஈட்டியை இரண்டாவது முறை செலுத்தியபோது. அதைக் கொண்டுவந்து பிணைத்து வாலோடு சேர்த்துச் சுருக்கிட்டு வயிற்றோடு சேர்த்துக் கட்டிப் படகுடன் இணைத்துவிட வேண்டும்.

"வேலையைத் தொடங்கு கிழவா" என்றான். சிறிது தண்ணீர் குடித்தான். "போர் முடிந்து விட்டது. இனியும் இருக்கிறது தலைக்கு மேல் வேலை."

உயரே வானத்தைப் பார்த்தான். பின் அவனுடைய மீனைப் பார்த்தான். சூரியனைக் கவனமாகப் பார்த்தான். மத்தியானப் பொழுதாயிருக்காது என்று நினைத்தான். மேற்கிலிருந்து காற்று வீசுகிறது. கயிறு இனி அவ்வளவு முக்கியமல்ல. வீட்டுக்குப் போனதும் சிறுவனும் நானும் அதைப் பங்கு போட்டுக் கொள்ளலாம்.

"மீனே வா" என்றான். மீன் வரவில்லை. கடல் அலைகளில் அசைந்தாடிக்கொண்டிருந்தது. படகை அதன் அருகே செலுத்தினான் கிழவன்.

மீனின் அருகில் சென்று அதன் தலையைப் படகோடு சேர்த்த போதுதான் அதன் பிரம்மாண்டமான உருவத்தை உணர்ந்தான். ஈட்டியின் கயிற்றை அவிழ்த்து மீனின் மூச்சுக்குழாய் வழி செலுத்தி வாய்வழி கொண்டு வந்து மூக்கு நுனியைச் சுற்றி அடுத்த மூச்சுக் குழாய் வழி மீண்டும் மூக்கில் இன்னொரு கயிற்றால் சுற்றி இரண்டு கயிறுகளையும் முடிச்சிட்டுப் படகின் முன்பக்கத் துவாரத்தில் பிணைத்தான். பின் கயிற்றை அறுத்து எடுத்துப் படகின் பின்பக்கம் சென்று வாலில் சுருக்கிட்டான். மீன் ஊதா வெள்ளியிலிருந்து வெள்ளியாக மாறியிருந்தது. கோடுகள் மட்டும் வால் மாதிரிப் பழைய ஊதா நிறத்தில் இருந்தன. மனிதனின் விரல்கள் விரித்த கையைவிட அகலமாக இருந்தன கோடுகள். கண்கள் டெலஸ்கோப் லென்ஸ் மாதிரி துருத்திக் கொண்டிருந்தன – அல்லது ஊர்வலத்தில் சாமியார் மாதிரி.

"இதுதான் அதைக் கொல்வதற்கு ஒரே வழி" என்றான் கிழவன். அது தண்ணீரை விட்டு எங்கும் போய் விடாது என்பதாலும் தன் தலை தெளிவாக இருப்பதாலும் சற்று நலமாக உணர்ந்தான். அது ஆயிரத்து ஐநூறு பவுண்ட் இருக்கும் என்று தோன்றியது. அதற்கு அதிகமாகவும் இருக்கலாம். அதில் மூன்றில் இரண்டு பங்கைப் பதப்படுத்தி, பவுண்டுக்கு மூன்று சென்ட் என்று விற்றால்?

"கணக்குப் போட ஒரு பென்சில் வேண்டும்" என்றான். "மூளை சரியாக வேலை செய்யவில்லை. ஆனால் கில்லாடி டிமாகியோ என்னைப் பற்றி இன்று பெருமைப்படலாம். எனக்குக் கால்ஆணி ஒன்றும் இல்லை. இருந்தாலும், கையிலும் முதுகிலும் வலி அதிகமாயிருக்கிறது. கால்ஆணி என்றால் என்ன என்று நினைத்தான். நமக்குத் தெரியாமலே நம்மிடம் இருக்கலாம்.

மீனைப் படகின் முன்பக்கமும் பின்பக்கமும் நடுப்பகுதியிலும் இணைத்துக் கட்டினான். அது மிகப் பெரிதாக இருந்தது. ஒரு பெரிய படகை அதனோடு இணைத்திருப்பது போல் தோன்றியது. ஒரு கயிற்றை அறுத்து மீனின் தாடையையும் மூக்கையும் சேர்த்துக் கட்டினான். இப்போது அதன் வாய் திறக்காது. சிரமமில்லாமல் பயணம் செய்யலாம். பாய்மரத்தை உயர்த்தி, பாய்மரத் தண்டைச் சரி செய்து ஒட்டுப் போட்டுப் பாயை விரித்தான். மீனைப் பிடித்து இழுக்கும் கொக்கியைத் தயாராக வைத்துக்கொண்டான். படகு மெதுவாக நகர்ந்தது. பின்பக்கம் சாய்ந்து தென்கிழக்குத் திசையை நோக்கிப் படகைச் செலுத்தினான்.

தென்கிழக்குத் திசை எது என்று அவனுக்குச் சொல்ல திசைகாட்டித் தேவையில்லை. வடமேற்குக் காற்று பாயை அழுத்துவதிலேயே தெரிந்தது. சிறிய தூண்டில் ஒன்றை மீன்களைக் கவரும் ஸ்பூன் போன்ற இரையைச் சேர்த்து கடலில் இட்டு ஏதாவது பிடிக்க வேண்டும் என்று நினைத்தான். ஆனால் ஸ்பூன் எதுவும் கிடைக்கவில்லை. கையிலிருந்த மத்தி மீன்கள் கெட்டுப் போயிருந்தன. எனவே தூண்டில் முள்ளை உபயோகித்து சில மஞ்சள் கல்ப் செடிகளைத் தூக்கி அதில் மறைந்திருந்த சிறிய இரால்களை படகுக்குள் உதிர்த்தான். சுமார் ஒரு டஜன் இரால்கள் கீழே விழுந்ததும் பூச்சிகள் போல் துள்ளிக் குதித்தன. கிழவன் இரண்டு விரல்களால் அவற்றின் தலைகளைக் கிள்ளி எறிந்துவிட்டு அவற்றை அப்படியே வால்களுடன் தின்றான். மிகச் சிறியவைதான்; ஆனால் நல்ல சத்துள்ளவை, ருசியானவை.

குப்பியில் இரண்டு மிடறு தண்ணீர் இருந்தது. சின்ன மீன்களைத் தின்றதும் பாதித் தண்ணீர் குடித்தான். சற்று சிரமம் இருந்தாலும் படகு சீராகச் சென்றுகொண்டிருந்தது. கையின் கீழிருந்த சுக்கானால் படகைச் செலுத்தினான். மீன் அவன் பார்வையில் இருந்தது. கைகளையும் பலகையில் சாய்த்திருந்த முதுகையும் உணர்ந்தபோது இது கனவல்ல உண்மைதான் என்று புரிந்துகொண்டான். ஒரு தடவை எல்லாமே கனவோ என்றுகூடத் தோன்றியது. அந்த மீன் கடலிலிருந்து உயரே துள்ளிக் கீழே விழுவதற்குமுன் ஒரு வினாடி அந்தரத்தில்

நின்றபோது அவனுக்குத் தன் கண்களையே நம்ப முடியவில்லை. முன்னர் நன்கு பார்க்க இயலவில்லை; இப்போது முடிகிறது.

இப்போது மீனும் தன் கைகளும் முதுகும் கனவல்ல என்று உணர்ந்தான். கைகள் விரைவில் குணமடைந்துவிடும். ரத்தம் போகக் கழுவி விட்டேன், கடல்நீர் அதைக் குணப்படுத்திவிடும். வளைகுடாவின் கரும் தண்ணீருக்குக் குணப்படுத்தும் தன்மை இருப்பது உண்மை. நான் செய்ய வேண்டியதெல்லாம் புத்தியைத் தெளிவாக வைத்திருப்பதுதான். கைகள் அவற்றின் பணியைச் செய்துவிட்டன. பயணம் நல்லபடியாக இருக்கிறது. வாயைக் கட்டிக்கொண்டு வாலைச் சுருட்டிக் கொண்டு அதுவும் நானும் சகோதரர்கள் போல் செல்கிறோம். அப்புறம் அவன் தலை சிறிது குழம்பவும், மீன் என்னை இட்டுச்செல்கிறதா அல்லது நான் அதைப் பிடித்துச் செல்கிறேனா என்று திகைத்தான். நான் அதை இழுத்துக்கொண்டு போகிறேன் என்றால் பிரச்சினை இல்லை. மீன் படகுக்குள் அடங்கிக் கிடந்தால் அப்போதும் பிரச்சினை இல்லை. படகு – மீன் இரண்டும் சேர்ந்து செல்கின்றன. ஒன்றின் பக்கம் ஒன்றாக. அதற்கு விருப்பமானால் என்னையும் சேர்த்துக் கொள்ளட்டும். தந்திரத்தில் நான் அவனுக்குக் குறைந்தவன் அல்ல. அவனால் எனக்கு ஆபத்து ஒன்றும் இல்லை.

பயணம் நன்றாகவே இருந்தது. கிழவன் தன் கைகளைக் கடல் நீரில் நனைத்து, தலை குழம்பாமல் கவனித்துக்கொண்டான். வானில் மேகக் குவியல்களும் அதற்கு உயரே வெண்ணிற மேகங்களும் தென்பட்டன. இரவு முழுதும் நல்ல காற்றடிக்கும் என்று அவனுக்குத் தெரியும். எல்லாம் நிஜம்தானா என்பது போலக் கிழவன் மீனை அவ்வப்போது பார்த்துக்கொண்டான். ஒரு மணி நேரம் கழிந்ததும் முதல் சுறா அந்த மீனைத் தாக்கியது.

சுறா ஒரு தற்செயல் விபத்தல்ல. மீனின் கறுப்பு ரத்தம் மெதுவாக இறங்கி ஒரு மைல் ஆழமுள்ள அந்தக் கடல் நீரில் கலந்ததும் சுறா கீழேயிருந்து உயரே எழும்பியது. எந்தவித எச்சரிக்கையுமின்றி மிக விரைவாக நீர்மட்டத்தைக் கிழித்துக் கொண்டு சூரிய ஒளிக்கு வந்தது. மீண்டும் கடலுக்குள் மூழ்கி இரத்தத்தின் வாடையை நுகர்ந்து படகையும் மீனையும் நோக்கி நீந்தியது.

சில சமயம் அது மணத்தைத் தவறவிட்டது. ஆனால் விரைவில் பிடித்துவிடும். ஒரு சிறிய துளி கிடைத்தாலும் போதும். விரைவாக அதை நோக்கிச் சென்றுவிடும். ஒரு பெரிய மாக்கோ சுறா எந்த மீனையும் விட மிக வேகமாக நீந்தும். அதன் உடல் அமைப்பு அழகாக இருக்கும் – அதன் கூரிய பற்களைத் தவிர.

முதுகு வாள்மீனுடையது போல் நீல நிறம். வயிறு வெள்ளிபோல் மின்னும். வழவழப்பான தோல் வனப்புடன் இருக்கும் வாள்மீன் போன்ற அமைப்புதான். பெரிய பற்களைத் தவிர. இப்போது விரைவாகப் பாய்ந்து செல்லும்போது அதன் வாய் நன்கு மூடியிருக்கிறது. மேல் பக்கச் சிறகு நீரைக் கத்திபோல் கிழித்துக்கொண்டு செல்கிறது. மூடிய வாயின் மேலும் கீழுமாக எட்டு வரிசைப் பற்கள் உள் பக்கமாக வளைந்து இருக்கின்றன. மனிதனின் கைவிரல்கள் போல் மடிந்திருந்தன. கிழவனுடைய விரல்களின் நீளமுள்ள பற்கள் வாள்முனை போல் கூர்மையாக இருக்கும். கடலில் வாழும் எந்த மீனையும் உண்பதற்காக உருவாக்கப்பட்ட இந்த மீன் அதிக வேகமும் வலிமையும் கூரான பற்களும் கொண்டிருப்பதால் இதற்கு எதிரிகளே இல்லை. புதிய இரத்த வாசனை கிடைத்ததும் அதன் நீல முதுகுச் சிறகு நீரைக் கிழித்தபடி பாய்ந்தது.

அது வருவதைக் கிழவன் கண்டுகொண்டான். எதற்கும் அஞ்சாமல் நினைத்ததைச் சாதிக்கும் சுறா அது என்பது அவனுக்குத் தெரியும். ஈட்டியைத் தயாராக்கிக் கயிற்றையும் எடுத்து வைத்துக்கொண்டான். கயிறு நீளம் குறைவாக இருந்தது. மீனைக் கட்டுவதற்கு உபயோகித்தது போக மிஞ்சியது.

இப்போது கிழவனின் புத்தி தெளிவாக, உறுதியாக இருந்தது. தீர்மானத்துடன் இருந்தான். ஆனால் அதிக நம்பிக்கை இல்லை. நல்ல மீனை இழக்க வேண்டுமா? சுறா அணுகும்போது மீனை அவன் ஒருமுறை நன்கு பார்த்துக்கொண்டான். கனவாயிருக்குமோ என்று நினைத்தான். அது என்னையும் ஒருவேளை தாக்கக் கூடும். ஒருவேளை நான் அதைக் கொல்ல முடியுமானால் . . . பாவம், அதன் அம்மா.

சுறா படகின் பின்பக்கம் நோக்கி விரைந்து வந்தது. அது மீனைத் தாக்கியபோது கிழவன் அதன் திறந்த வாயையும் அதிசயக் கண்களையும் மீனின் வால் பகுதியிலுள்ள சதையைத் துண்டித்தெடுத்த பற்களையும் கண்டான். சுறாவின் வாய் நீருக்குமேல் இருந்தது. முதுகு வெளியே வந்து கொண்டிருந்தது. கண்களுக்கு நடுவில் மூக்கிலிருந்து நேரே கீழிறங்கும் கோடு இணையும் இடத்தில் கிழவன் ஈட்டியை எறிந்தான். தோலும் சதையும் கிழிபடும் ஒலி கேட்டது. ஈட்டி அதன் மூளையைத் தாக்கியது. தன்னுடைய ரத்தம் உறைந்த கையால் முழு பலத்துடன் ஈட்டியை உள்ளே செலுத்தினான். நம்பிக்கை இல்லைதான். ஆனால் ஒரே தீர்மானத்துடனும் விரோதத்துடனும் தாக்கினான்.

சுறா மல்லாந்து விழுந்தது. அதன் கண்கள் ஜீவனற்று இருப்பதைக் கிழவன் கண்டான். மீண்டும் சுறா திரும்பி

மல்லாந்து கயிற்றில் சுற்றிக்கொண்டது. அது இறந்துவிட்டது என்று நினைத்தான். ஆனால் சுறா ஒப்புக்கொள்ளவில்லை. குப்புறக் கிடந்த அது வாலை அடித்துப் பற்களைக் கடித்து ஒரு இயந்திரப் படகின் வேகத்துடன் நீரைக் கிழித்துப் பாய்ந்தது. வால் அடித்துக்கொண்ட இடத்தில் தண்ணீர் வெண்மையாக ஒளிர்ந்தது. உடம்பின் முக்கால் பாகம் நீருக்கு வெளியில் இருக்கும்போது உடலைச் சுற்றியிருந்த கயிறு இறுகி ஒடுங்கிப் பட்டென அறுந்தது. சில நொடிகளில் அது நீர்ப்பரப்பில் அசையாமல் கிடந்தது. கிழவன் பார்த்துக்கொண்டிருக்கும்போதே அது மெதுவாகக் கீழே சென்றது.

"சுமார் நாற்பது பவுண்ட் சதையை எடுத்திருக்கும்" என்றான் கிழவன் உரக்க. ஈட்டியையும் கயிற்றையும் எடுத்துக்கொண்டு போய்விட்டதே. எனது மீன் ரத்தம் சொட்டுகிறது. வேறு சுறாக்கள் வந்துவிடும்.

சிதைவுண்ட மீனைப் பார்க்க அவன் விரும்பவில்லை. மீன் தாக்கப்பட்டதில் தானே தாக்குண்டது போல் உணர்ந்தான்.

ஆனால் என் மீனைத் தாக்கிய சுறாவைக் கொன்று விட்டேனே. கடவுளே, நானும் இதற்குமுன் எத்தனையோ பெரிய சுறாக்களைப் பார்த்திருக்கிறேன். நான் பார்த்தவற்றில் இதுதான் மிகப் பெரியது.

எல்லாம் கெட்டுப் போயிற்று. இதெல்லாம் ஒரு கனவாக இருக்கக் கூடாதா? எந்த மீனையும் பிடிக்காமல் சும்மா வீட்டில் தனியே செய்தித்தாளின்மேல் படுத்துக் கிடந்திருக்கக் கூடாதா என்று எண்ணினான்.

"ஆனால் தோல்விக்காக மனிதன் படைக்கப்படவில்லை" என்றான் கிழவன். "ஒரு மனிதனை அழிக்க முடியும். தோற்கடிக்க முடியாது." மீனைக் கொன்றது வருத்தமாகத்தான் இருக்கிறது. மோசமான நேரம் வரப்போகிறது. கையில் ஈட்டியும் இல்லை. சுறா இரக்கமற்றது. பலம் உடையது. புத்திசாலி. ஆனால் நான் அதைவிட புத்திசாலி. ஒருவேளை அப்படி இல்லையோ? ஆனால் என்னிடம் பலமான ஆயுதம் இருக்கிறதே.

"எதையும் யோசிக்காதே, கிழவா" என்றான் உரக்க. "படகை இப்படியே செலுத்து. வருவது வரட்டும்."

ஆனால் நான் சிந்திக்க வேண்டும். அது ஒன்றுதான் என்னிடமிருக்கிறது. அதுவும் பேஸ்பாலும். அதன் மூளையில் தாக்கியதை ஜோ டிமாகியோ எப்படி எடுத்துக் கொள்வான்? அது ஒன்றும் பெரிய விஷயமல்ல. எந்த மனிதனும் செய்யக்

கிழவனும் கடலும்

கூடியதுதான். ஆனால் கால்ஆணிகளைப் போல என் கைகளும் ஓர் இடைஞ்சல்தானா? தெரியவில்லை. நீந்தும்போது நஞ்சுமுள்ளை மிதித்ததால் கால் செயலிழந்து விட்டதும் தாங்கமுடியாத வலி ஏற்பட்டதைத் தவிர என் குதிகாலில் எந்தத் தவறும் இல்லை.

“ஏதாவது மகிழ்ச்சியான விஷயத்தைப் பற்றி யோசி, கிழவா” என்றான் அவன். “ஒவ்வொரு நிமிஷமும் வீட்டை நோக்கிச் சென்றுகொண்டிருக்கிறாய். நாற்பது பவுண்ட் போய்விட்டதால் பாரம் குறைந்திருக்கிறதே.”

நீரோட்டத்தின் உட்பகுதிக்குச் சென்று விட்டால் என்னவெல்லாம் நேரும் என்பது அவனுக்குத் தெரியும். ஆனால் அவன் செய்யக் கூடியது எதுவுமில்லை.

"இருக்கிறது" என்றான் உரக்க. "என்னுடைய கத்தியைத் துடுப்பின் முனையில் கட்டி வைக்கலாம்."

தன் கையின் கீழிருக்கும் துடுப்பில், காலின் கீழிருந்த பாய்த் துண்டினால் கட்டினான்.

"நான் கிழவன்தான். ஆனால் இப்போது ஆயுதமற்றவன் அல்ல."

காற்று இப்போது இதமாக வீசுகிறது. படகு சிரமமின்றி மிதந்தது. மீனின் முன்பக்கத்தையே பார்த்துக்கொண்டிருந்தான். கொஞ்சம் நம்பிக்கை திரும்பியது.

நம்பிக்கை கொள்ளாதிருப்பது அசட்டுத்தனம் என்று நினைத்தான். அத்துடன் அது பாவம். பாவத்தைப் பற்றி நினைக்க வேண்டாம் என்றும் நினைத்துக்கொண்டான். பாவத்தை விடவும் எத்தனையோ பிரச்சினைகள் இருக்கிறதே. அத்துடன் பாவத்தைப் பற்றி எனக்கு என்ன தெரியும்.

அதைப்பற்றித் தெரியாது என்பது மட்டுமல்ல; அதை நம்புகிறேனா என்பதும் தெரியாது. ஒரு வேளை மீனைக் கொல்வது பாவமாயிருக்கலாம். நான் உயிர் வாழவும், பிறருக்கு உணவளிக்கவுமே அதைக் கொன்றேன். என்றாலும் அது பாவம்தான் என்று நினைக்கிறேன். அப்படிப் பார்த்தால் எல்லாமே பாவம்தான். பாவத்தைப் பற்றி நினைக்காதே. அதற்குரிய காலம் கடந்துவிட்டது. அத்துடன் பாவம் செய்வதற்காகவே கூலி வாங்கும் ஆட்கள் இருக்கிறார்கள். அவர்கள் அதைப்பற்றி யோசிக்கட்டும். நீ ஒரு மீனவனாவதற்குப் பிறந்தவன். மீன் மீனாக ஆவதற்குப் பிறந்தது. ஸான் பெட்ரோ ஒரு மீனவன்தான். டிமாகியோவின் தந்தையும் ஒரு மீனவன்தான்.

அவன் சம்பந்தப்பட்ட அனைத்தையும் பற்றிச் சிந்திக்க விரும்பினான். படிப்பதற்கு எதுவுமில்லை. ரேடியோ இல்லை. பாவத்தைப் பற்றி நிறையச் சிந்தித்தாகி விட்டது. மேலும் சிந்திக்கத் தொடங்கினான். உயிர்வாழ்வதற்கும் உணவுக்காக விற்கவும் மட்டும் நீ இந்த மீனைக் கொல்லவில்லை. உன் அகம்பாவத்திற்காக. நீ ஒரு மீனவன் என்பதை நிரூபிப்பதற்காக. அது உயிரோடிருக்கும் போது அதை நேசித்தாய். அதன் பிறகும் நேசித்தாய். அதை நீ நேசித்தால் அதைக் கொல்வது பாவமல்ல. அல்லது அதற்கும் ஒருபடி மேலோ?

"நிறைய யோசிக்கிறாய், கிழவா" என்றான் உரக்க.

ஆனால் அதைக் கொல்வதில் மிக மகிழ்ச்சி அடைந்தாயே. மீனைத்தின்றே அது உயிர் வாழ்கிறது. உன்னைப்போல. அது

ஒரு தோட்டி அல்ல. சுறாவைப் போல் எப்போதும் தீனிக்காக அலைவது அல்ல. அது அழகானது, பெருந்தன்மை கொண்டது. எதைப் பற்றியும் அஞ்சாதது.

“தற்காப்புக்காகத்தான் அதைக் கொன்றேன்” என்றான் கிழவன் உரக்க. “முற்றிலுமாகக் கொன்றேன்.”

அத்துடன், ஒவ்வொன்றும் இன்னொன்றைக் கொல்லத்தானே செய்கிறது, ஏதாவது ஒரு வழியில். மீன் பிடித்தல் என்னைக் காப்பாற்றுவது போல் என்னைக் கொல்லவும் செய்கிறதே. சிறுவனும் என்னைக் காப்பாற்றுகிறான் என்று நினைத்தான். என்னை நான் ரொம்பவும் ஏமாற்றிக்கொள்ளக்கூடாது.

படகின் பக்கவாட்டில் குனிந்து சுறா கடித்த பகுதியிலிருந்து மீனின் சதையைக் கொஞ்சம் பிய்த்து எடுத்தான். வாயிலிட்டுச் சுவைத்தபோது அதன் குணத்தையும் ருசியையும் உணர்ந்தான். சதைப்பற்று ஈரத்துடன் இருந்தது. மாமிசம்போல, ஆனால் நிறம் சிவப்பல்ல. அதிகக் கடினமாக இல்லாததால் சந்தையில் அதிக விலை கிடைக்கும் என்று நினைத்தான். ஆனால் அதன் இரத்தத்தின் மணம் நீரில் பரவாமலிருக்க வழியில்லை. ஒரு மோசமான நிலைமை வரப்போகிறது என்று அவனுக்குத் தெரிந்தது.

காற்று சீராக வீசியது. வடகிழக்குக்குச் சற்றுச் சாய்ந்து வீசுகிறது. அது நெடுநேரம் நீடிக்கும். சுற்றிலும் பார்த்தான். பாய் மரமோ கப்பலோ புகையோ தென்படவில்லை. படகின் முன்பக்கமிருந்து இருபுறமும் செல்லும் பறக்கும் மீன்களையும் மஞ்சள் நிறப் பாசியையும் தவிர வேறு எதுவுமில்லை. ஒரு பறவையைக் கூடக் காணவில்லை.

இரண்டு மணி நேரம் அவன் பயணித்து விட்டான். படகின் பின்பக்கத்தில் ஓய்வெடுத்து, மார்லின் மீனைக் கொஞ்சம் தின்று, தன்னைப் பலப்படுத்தி, சற்று ஓய்வெடுக்க நினைத்தபோது அந்த இரண்டு சுறாக்களைக் கண்டான்.

“ஓய்” என்றான் உரக்க. இந்தச் சொல்லுக்கு எந்த அர்த்தமும் இல்லை. ஓர் ஓசை மட்டுமே. கைவழியே மரச்சட்டத்தில் ஆணி அறைபடும்போது தன்னையறியாமல் ஒருவன் எழுப்பும் ஒலி.

“சுறாக்கள்” என்றான் உரக்க. முதல் சிறகுக்குப்பின் இரண்டாவது ஒன்றும் வருவதைக் கண்டு, அவற்றின் பழுப்பு நிற முக்கோண வடிவச் சிறகையும், வாலின் சுழற்சியையும் பார்த்து, அவை அகப்பை மூக்குச் சுறாக்கள் என்றறிந்தான். அவற்றுக்கு இரத்தத்தின் மணம் கிடைத்து விட்டது. ஒரே பரபரப்புடன் பசியின் பதட்டத்தில் அங்குமிங்கும் பாய்ந்து வருகின்றன. நெருங்கிவிட்டன.

கிழவன் விரைவாகப் பாயை மரத்தோடு கட்டினான். சுக்கானுக்கு அண்டக் கொடுத்தான். கத்தி கட்டியிருந்த துடுப்பை எடுத்துக்கொண்டான். கையில் வலி இருந்ததால் முடிந்தவரை மெதுவாகவே எடுத்தான். விரல்கள் இளகுவதற்காகக் கையை மூடிமூடித் திறந்தான். வலியைப் பொறுத்துக் கொள்வதற்காக அவற்றை அழுத்தி மூடி, சுறாக்கள் வருவதைக் கவனித்தான். அகன்ற சப்பைத் தலைகள் முதலில் தோன்றின. பின்னர் உச்சியில் வெள்ளை நிறம் கொண்ட முன்பக்கச் சிறகுகள் வந்தன. இவை முரட்டுத்தனம் உடைய சுறாக்கள். நாற்றம் அடிப்பவை. தோட்டிகள். கொலையாளிகள். பசியிருந்தால் துடுப்பு அல்லது படகின் பலகைகளைக் கூடக் கடித்து விடுபவை. கடல் பரப்பில் தூங்கும் ஆமைகளின் கால்களைக் கடித்துத்துண்டிப்பவை. மீன் நாற்றமோ மீன் செதிலோ இல்லாவிட்டால்கூடப் பசிக்கும்போது மனிதனையும் தாக்குபவை.

“ஆம், சுறாக்கள்” என்று கத்தினான் கிழவன். “வாருங்கள் சுறாக்களே.”

அவை வந்தன. ஆனால் மாக்கோ சுறாக்களைப் போல் வரவில்லை. ஒரு சுறா நீருக்குள் மூழ்கி படகின் அடிப்பக்கம் சென்றது. மீனின் சதையைப் பிடுங்கி எடுக்கும்போது படகு குலுங்குவதைக் கிழவன் உணர்ந்தான். இன்னொரு சுறா தனது பிளவுபட்ட மஞ்சள் கண்ணால் கிழவனைப் பார்த்து விட்டு, அரைவட்டப் பல்வரிசையைக் காட்டியபடி விரைந்து வந்து மீன் கடிபட்ட இடத்திலேயே கடித்தது. அதன் பழுப்பு நிறத் தலையிலும் முதுகிலும் இருந்த கோடு, மூளையும் தண்டுவடமும் இணையும் இடத்தைக் காட்டியது. அந்த இடத்தில் கிழவன் துடுப்போடு கட்டியிருந்த கத்தியைச் செலுத்தினான். உருவி அதன் மஞ்சள் நிற பூனைக் கண்ணில் குத்தினான். மீனை விட்டுவிட்டுச் சுறா கீழே தாழ்ந்து, தான் பற்றியதை விழுங்கியபடி உயிரை விட்டது.

முதல் சுறா மீனில் நடத்தும் அழிவு வேலையில் படகு அசைந்துகொண்டிருந்தது. கிழவன் பாயை விரித்து, படகைத் திருப்பி, அதன் அடியில் இருந்த சுறா வெளிப்படும்படி செய்தான். வெளியே வந்ததும் படகின் பக்கமாகச் சரிந்து அதைப் பலமாகக் குத்தினான். சதைப் பகுதியே தாக்கக் கிடைத்தது. தோல் தடிமனாக இருந்ததால் கத்தி ஆழமாக உள்ளே செல்லவில்லை. அவன் கையும் தோளும் வலித்தன. சுறா வேகமாகத் தலையைத் தூக்கியபடி வந்தது. அதன் மூக்கு நீருக்கு வெளியே தோன்றி மீனைத் தொட்டதும் கிழவன் அதன் தட்டையான முகத்தின் மத்தியில் தாக்கினான். கத்தியை உருவி அதே இடத்தில் மீண்டும்

செலுத்தினான். மீனைக் கடித்த இடத்திலேயே அது தொங்கியது. கிழவன் அதன் இடது கண்ணில் கத்தியால் குத்தினான். சுறா அங்கேயே தொங்கிக் கொண்டிருந்தது.

அதன் முதுகெலும்பும் மூளையும் இணையும் இடத்தில் கத்தியைச் செலுத்தினான் கிழவன். சுலபமான தாக்குதல். அதன் சதை கிழிபடுவதை உணர்ந்தான். துடுப்பைத் திருப்பி அதன் பற்களிடையே திணித்து வாயைத் திறந்தான். துடுப்பு அங்குமிங்கும் திரும்பியதும் சுறா தன் பிடியை விட்டுவிட்டது. "போ சனியனே, ஒரு மைல் கீழே போ. உன் நண்பனைப் போய் பார் – அல்லது அது உன் அம்மாவா?" என்றான் கிழவன்.

கத்தியைத் துடைத்துவிட்டுத் துடுப்பைக் கீழே வைத்தான். பாய் நன்றாக விரியத் தொடங்கியதும் படகைச் சரியான திசையில் செலுத்தினான்.

"மீனுடைய நல்ல சதையின் கால் பாகத்தையாவது அது தின்றிருக்கும்" என்றான் கிழவன் உரக்க. "எல்லாம் கனவாயிருக்கக் கூடாதா. நான் அவற்றைப் பார்க்காமல் இருந்திருக்கக் கூடாதா. மீனே, எனக்கு வருத்தமாயிருக்கிறது. எல்லாம் தவறாகப் போய்விட்டது." அவன் மீனைப் பார்க்க விரும்பவில்லை. சதையெல்லாம் இழந்து, இரத்தம் இன்றி, கண்ணாடி முலாம் போன்ற முதுகின் பட்டைகள் மட்டும் தெளிவாய் இருந்தன.

"அவ்வளவு தூரம் நான் போயிருக்கக் கூடாது மீனே" என்றான். "உனக்காகவும் எனக்காகவும்தான். எனக்கு வருத்தமாயிருக்கிறது."

இப்பொழுது கத்தி சரியாகக் கட்டப்பட்டிருக்கிறதா, கயிறு அறுந்திருக்கிறதா என்று பார். கைகளைச் சரியாக வைத்துக்கொள். இன்னும் நிறைய வரப்போகிறது.

"கத்திக்குப் பதிலாக ஒரு கல்லைக் கொண்டு வந்திருக்கலாம்" என்றான், துடுப்பு முனையில் கட்டியிருந்த கத்தியைப் பரிசோதித்தபடி. நீ எத்தனையோ பொருட்களைக் கொண்டு வந்திருக்கலாம், கிழவா. கொண்டு வராதவற்றைப் பற்றி நினைக்கும் நேரம் அல்ல இது. இருப்பதை வைத்து என்ன செய்ய முடியும் என்று யோசித்துப்பார்.

"நிறைய புத்திமதி சொல்கிறாய்" என்றான் உரக்க. "எனக்கு அலுப்பாயிருக்கிறது."

சுக்கானைக் கைக்கு அடியில் வைத்தபடி இரண்டு கைகளையும் தண்ணீரில் நனைத்தான். படகு மெதுவாக முன்னேறிக்கொண்டிருந்தது.

"கடைசிச் சுறா எவ்வளவு பிடுங்கி எடுத்ததோ, கடவுளுக்குத் தான் வெளிச்சம்" என்றான். "இப்போது ரொம்ப லேசாகி விட்டது." சிதைந்துபோன மீனின் அடிப்பாகத்தை நினைக்கவே விரும்பவில்லை. சுறாவின் ஒவ்வொரு அசைவிலும் தாக்குதலிலும் எவ்வளவு சதை பிய்ந்திருக்கும் என்பதை அவன் அறிவான். கடலில் நீண்ட நெடுஞ்சாலை போல மற்ற சுறாக்கள் வருவதற்கான பாதையை அவை அமைத்து விட்டன என்று நினைத்தான்.

அந்த மீன் ஒரு மனிதனுக்குக் குளிர்காலம் முழுவதற்கும் போதுமானது என்று நினைத்தான். அதைப் பற்றி நினைக்காதே. கொஞ்சம் இளைப்பாறு. அடுத்த தாக்குதலுக்குக் கைகளை நல்ல நிலையில் வைத்துக்கொள். நீரில் பரவும் இரத்தத்தின் வாடையை ஒப்பிடும்போது என் கையில் ஒன்றுமேயில்லை. ரத்தமும் அதிகம் வரவில்லை. காயம் இருந்தாலும் கவலைப்பட ஒன்றுமில்லை. கை மரத்துப் போவதை அது தடுக்கும்.

இப்போது எதைப் பற்றி நினைப்பது? எதுவுமில்லை. எதைப் பற்றியுமே நினைப்பதற்கில்லை. அடுத்து வரப்போவதற்காகக் காத்திருக்க வேண்டும். இது ஒரு கனவாக இருக்கக் கூடாதா என்று நினைத்தான். யாருக்குத் தெரியும், எல்லாம் நல்லபடியாக முடியலாம்.

அடுத்த சுறா தனியாக வந்தது. அகப்பை மூக்குச் சுறா. வாயைத் திறந்தால் உன் தலையை உள்ளே நுழைத்து விடலாம். தொட்டித் தீனியைத் தின்னவரும் பன்றியைப் போல் அது பாய்ந்து வந்தது. அது மீனைத் தொடும்வரை காத்திருந்த கிழவன் துடுப்புக் கத்தியை அதன் மூளையைத் துளைக்கும்படி

செலுத்தினான். ஆனால் சுறா உருண்டு பின்புறமாகத் துள்ளியதில் கத்தி ஒடிந்தது.

படகை ஓட்டுவதற்குத் தயாரானான் கிழவன். அந்தப் பெரிய சுறா நீரில் மூழ்குவதைக் கூட கவனிக்க விரும்பவில்லை. முதலில் முழு அளவில், அப்புறம் சிறியதாகத் தோன்றி, கடைசியில் ஒரு புள்ளிபோல் அது கடலுக்குள் மறைந்தது. வழக்கமாக இதுபோன்ற காட்சிகளை அவன் ஆவலுடன் பார்ப்பான். இப்போது பார்க்கவே இல்லை.

"என்னிடம் மீனை இழுக்கும் கொக்கி இருக்கிறது" என்றான் கிழவன். "இனி அதனால் பயன் ஒன்றுமில்லை. இரண்டு துடுப்புகளும் சுக்கானைத் திருப்பும் கட்டையும் ஒரு சிறு தடியும் இருக்கின்றன."

அவை என்னைத் தோற்கடித்து விட்டன என்று நினைத்தான். எனக்கு வயதாகி விட்டது. சுறாவைத் தடியால் அடித்துக் கொல்லும் திராணியில்லை. ஆனால் என்னிடம் துடுப்பும் தடியும் இருக்கும்வரை முயற்சி செய்துகொண்டேயிருப்பேன்.

கையை நீருக்குள் அமிழ்த்தி ஊற வைத்தான். பிற்பகல் நேரம் தாழ்ந்து விட்டது. கடலும் வானும் தவிர வேறெதுவும் தென்படவில்லை. முன்னைவிடக் காற்று பலமாக வீசுகிறது. விரைவில் கரையை எட்டி விடலாம் என்று நினைத்தான்.

"களைத்து விட்டாய் கிழவா" என்றான் அவன். "உள்ளுக்குள் மிகவும் களைத்து விட்டாய்."

சுறாக்கள் மறுபடியும் தாக்க வரவில்லை – சூரியன் மறையும் நேரம் வரை.

மீன் தண்ணீரில் விட்டுக் கொண்டுவரும் இரத்தக் கசிவைத் தொடர்ந்து இரண்டு ஊதாச் சிறகுகள் வந்து கொண்டிருப்பதைக் கண்டான் கிழவன். வாசனையைப் பின்பற்றி அவை வருவதாகத் தெரியவில்லை. நேரே படகை நோக்கித்தான் ஜோடியாக வருகின்றன. கிழவன் சுக்கானை அழுத்தி, பாயை விரித்து, படகின் பின்பக்கத்திலிருந்து தடியை எடுத்தான். அது பழைய உடைந்த துடுப்பின் கைப்பிடி. சுமார் இரண்டரை அடி நீளத்துக்கு வெட்டப்பட்டிருந்தது. ஒரு கையால் அதை நன்றாக இயக்குவதற்கு வசதியாக அதில் கைப்பிடி இருந்தது. வலது கையால் அழுத்திப் பிடித்துக்கொண்டு, சுறாக்கள் வருவதையே கவனித்துக்கொண்டிருந்தான். அவை கலானோஸ் என்ற இனத்தைச் சேர்ந்தவை.

முதலில் வருவது மீனைத் தொடட்டும். மூக்கின் நுனியில் பலமாக ஒன்று போடுகிறேன். அல்லது உச்சந்தலையில் என்று நினைத்தான்.

இரண்டு சுறாக்களும் நெருங்கி வந்தன. தன் அருகில் வந்தது வாயைத் திறந்து மீனின் வெள்ளி போன்ற பாகத்தில் பற்களை ஆழ்த்தியதும் அவன் தடியை ஓங்கி அதன் பரந்த தலையில் பலமாக அடித்தான். வழவழப்பான தடி அதன்மேல் படுவதையும் கடின எலும்புகளில் மோதுவதையும் உணர்ந்தான். மீண்டும் ஒரு தடவை அதன் மூக்கின் குறுக்கே அடித்ததும் அது மீனின் உடலை விட்டு நழுவிக் கீழே அமிழ்ந்தது.

மற்றொரு சுறா அங்குமிங்கும் சுற்றிவிட்டு வாயை அகலத் திறந்தபடி வந்தது. அது மீனைத் தாக்கி வாயை மூடியதும் சதைத் துணுக்குகள் அதன் வாயோரத்திலிருந்து சிதறின. கிழவன் திரும்ப அதன் தலையைத் தாக்கினான். சுறா அவனைப் பார்த்துவிட்டு மீனின் சதையைப் பற்றி இழுத்தது. மீண்டும் அதைத் தடியால் அடித்தான். வாயில் கவ்விய சதையை விழுங்கியபடி சுறா நழுவியது. அடி அதன் தடித்த தோலில் பட்டிருக்கிறது.

"வா, சுறாவே. திரும்பிவா" என்றான் கிழவன்.

சுறா வேகமாகத் திரும்பி வந்தது. அது வாயை மூடியதும் கிழவன் அதைத் தாக்கினான். தடியை முடிந்தவரை உயர்த்தி அடித்தான். இந்தத் தடவை அடி மூளையின் அடிப்பக்க எலும்பில் விழுந்ததை உணர்ந்தான். அதே இடத்தில் மீண்டும் அடித்ததும் அது சதையைப் பற்றியவாறு மீனைவிட்டு விலகி நீருக்குள் அமிழ்ந்தது.

அது மீண்டும் வெளியே வரும் என்று கிழவன் காத்திருந்தான். இரண்டு சுறாக்களுமே தலை காட்டவில்லை. பிறகு ஒரு சுறா நீர்மட்டத்தில் சற்றுத் தொலைவில் வட்டமிடுவதைக் கண்டான். இன்னொன்றைக் காணவில்லை.

அவற்றை என்னால் கொல்ல முடியும் என்று எதிர்பார்க்கவில்லை. பழைய நாட்களாயிருந்தால் முடிந்திருக்கும். ஆனால் பலமாகத்தான் தாக்கியிருக்கிறேன். என் இரு கைகளாலும் மட்டையால் தாக்கியிருந்தால் முதலில் வந்த சுறா நிச்சயமாக இறந்திருக்கும். இப்போதுகூட அது இறந்துதான் போயிருக்கும்.

மீனைப் பார்க்க அவனுக்கு விருப்பமில்லை. அதில் பாதியாவது அழிந்திருக்கும். சுறாவோடு போரிடும்போதே சூரியன் மறைந்துவிட்டிருந்தது.

"விரைவில் நன்றாக இருட்டிவிடும்" என்றான். "ஹவானாவின் வெளிச்சத்தைப் பார்க்கலாம். கிழக்கே வெகுதூரம் சென்றால் புதிய கடற்கரையின் விளக்குகளைக் காணலாம்."

இப்போது என்னால் வெகுதொலைவில் இருக்க முடியாது. எனக்காகக் கவலைப்படுபவர்கள் யாருமே இல்லைதான். அந்தச் சிறுவன் கவலைப்படுவான், நிச்சயமாக. ஆனால் அவனுக்குத்தான் நல்ல நம்பிக்கை இருக்கிறதே. பழைய மீனவர்கள் பலர் வருத்தப்படுவார்கள். இன்னும் வேறு சிலரும். நான் வசிப்பது ஒரு நல்ல நகரத்தில் அல்லவா.

மீனுடன் இனி அவனால் பேசமுடியாது. அது பெருமளவில் சேதப்பட்டுவிட்டது. உடனே அவனுக்கு ஒரு விஷயம் நினைவுக்கு வந்தது.

"பாதி மீனே" என்று அழைத்தான். "மீனாகத்தான் இருந்தாய் நீ. நீண்ட தொலைவுக்குச் சென்றதற்காக நான் வருத்தப்படுகி றேன். நம் இருவரையும் நானே நாசப்படுத்தி விட்டேன். ஆனால் நாம் நிறைய சுறாக்களைக் கொன்றோமே – நீயும் நானும். சிலவற்றைக் காயப்படுத்தினோம். இதற்கு முன் நீ எத்தனை சுறாக்களைக் கொன்றிருக்கிறாய் கிழட்டு மீனே? உன் தலையில்தான் ஒரு ஈட்டி இருக்கிறதே. வேறு எதற்காக?"

மீனைப் பற்றியும், சுதந்திரமாக அது நீந்திக் கொண்டிருக்கும் போது ஒரு சுறாவைக் கண்டால் என்ன செய்யும் என்பது பற்றியும் யோசித்தான். சண்டையிடுவதற்கு வசதியாக அதன் மூக்கைக் கொஞ்சம் வெட்டியெறிந்திருக்க வேண்டும். ஆனால் என்னிடம் உளியோ கத்தியோ இல்லையே.

இருந்தால் அதைத் துடுப்பின் நுனியில் இணைத்திருப்பேன். என்ன ஓர் அற்புதமான ஆயுதம். அப்போது நாம் இருவரும் சேர்ந்து அதனுடன் போராடியிருக்கலாம். இப்போது இரவில் சுறாக்கள் வந்தால் நீ என்ன செய்வாய்? உன்னால் என்னதான் செய்ய முடியும்?

"சண்டையிடுவேன்" என்றான் அவன். "அவற்றுடன் சண்டையிடுவேன் – நான் இறக்கும்வரை."

இப்போதைய இருட்டில் வெளிச்சமின்றி, விளக்குகள் இன்றி, காற்றையும் பாய்மரத்தின் வேகத்தையும் பார்க்கும்போது தான் இறந்து போய்விட்டதாகத் தோன்றியது அவனுக்கு. கைகள் இரண்டையும் ஒன்று சேர்த்து உள்ளங்கைகளைப் பார்த்தான். அவை இறக்கவில்லை. அவற்றைத் திறந்து மூடும்போது வலி தெரிகிறது. படகின் பின்பக்கப் பலகையில் முதுகைச்

சாய்த்தபோது தான் இறக்கவில்லை என்று தெரிந்துகொண்டான். அவனது தோள்கள் இதைக் கூறின.

மீன் கிடைத்தால் பிரார்த்தனைகள் எல்லாம் சொல்வதாக உறுதி கூறியிருந்தேனே என்று நினைத்தான். இப்போது ஒரே களைப்பாக இருக்கிறது. கோணிப் பையை எடுத்துத் தோளைப் போர்த்திக் கொள்ளவேண்டும்.

படுத்துக் கிடந்தவாறே படகைச் செலுத்தினான். வானில் வெளிச்சம் தோன்றுவதற்காகக் காத்திருந்தான். அதன் பாதிதான் எனக்குக் கிடைத்திருக்கிறது என்று நினைத்தான். அதனுடைய முன் பாதியைக் கொண்டு போகலாம். எனக்குக் கொஞ்சம் அதிர்ஷ்டம் இருக்கிறது. இல்லை. நீ வெகுதூரம் சென்றதால் உன் அதிர்ஷ்டத்தைக் கெடுத்துக்கொண்டு விட்டாய்.

"மடத்தனமாகப் பேசாதே" என்றான் உரக்க. "கண்களைத் திறந்து பார்த்து ஓட்டு. இனிமேல்கூட உனக்கு அதிர்ஷ்டம் இருக்கலாம்."

"எங்காவது விற்பனையாகிறதென்றால் கொஞ்சம் வாங்கிக்கொள்ளலாம்."

எப்படி வாங்க முடியும்? எதைக் கொண்டு? ஒரு தொலைந்த ஈட்டியையும் உடைந்த கத்தியையும் மோசமான இரண்டு கைகளையும் கொடுத்தா?

"ஒரு வேளை முடியலாம்" என்றான் அவன். "எண்பத்து நான்கு நாட்கள் கடலில் உழைத்துத்தானே அவற்றை வாங்க நினைத்தாய். கிட்டத்தட்ட உனக்கே விலைக்குக் கொடுத்து விட்டார்களே."

முட்டாள்தனமாக யோசிக்கக்கூடாது என்று எண்ணிக் கொண்டான். அதிர்ஷ்ட தேவதை எத்தனையோ உருவங்களில் வருவாள். யார் அவளை அடையாளம் காண முடியும்? எந்த உருவில் வந்தாலும் நான் ஏற்றுக்கொள்வேன். கேட்ட விலையைக் கொடுப்பேன். விளக்குகளின் ஒளியைப் பார்க்க முடிந்தால் நல்லது. எத்தனையோ விஷயங்கள் எனக்கு வேண்டும். ஆனால் இப்போது எனக்கு வேண்டியது அதுதான். சற்று வசதியாக அமர்ந்து படகை ஓட்ட முயன்றான். அவனுடைய வலி அவன் இன்னும் உயிரோடு தான் இருக்கிறான் என்று தெரிவித்தது.

இரவு சுமார் பத்துமணிக்கு நகர விளக்குகளின் ஒளி பிரதிபலிப்பதைக் கண்டான். முதலில் அது சந்திரன் உதயமாகுமுன் வானில் தோன்றும் ஒளி போல் இருந்தது. பிறகு அது கடலுக்கு அப்பால் அசையாது காட்சி அளித்தது. காற்றின் வேகம்

அதிகரித்ததில் கடலில் கொந்தளிப்பு இருந்தது. ஒளியின் நடுவே படகைச் செலுத்தினான். விரைவில் கரையை அடைந்து விடலாம்.

எல்லாம் முடிந்தது என்று நினைத்தான். அவை மீண்டும் என்னைத் தாக்கலாம். ஆனால் ஆயுதமின்றி இருட்டில் ஒரு மனிதனால் என்ன செய்ய முடியும்?

உடல் மரத்துப்போய் வலித்தது. இரவின் குளிரில் காயங்களும் உடம்பின் களைத்த பாகங்களும் வலித்தன. இனியும் போராட வேண்டி வராது என்றுதான் நம்புகிறேன் என்று நினைத்தான். மேலும் போராட வேண்டி வராது என்றுதான் நிச்சயமாக நம்புகிறேன்.

நள்ளிரவில் மீண்டும் அவன் போராடினான். இந்தத் தடவை போர் பயனற்றது என்று அவனுக்கே தெரிந்து விட்டது. அவை ஒரு கூட்டமாக வந்தன. அவற்றின் சிறகுகள் நீரைக் கிழிப்பதையும் மீனை அவை தாக்கும்போது ஒளி சிதறுவதையும் அவனால் பார்க்க மட்டுமே முடிந்தது. கைக்கெட்டியபடி அவற்றின் தலைகளில் தாக்கினான். அவற்றின் பற்கள் மீனின் சதையை வெட்டுவதைக் கேட்டான். படகின் அடியில் அவை செல்லும்போது படகு ஆடுவதை உணர்ந்தான். கண்களை மூடிக்கொண்டு கைக்கெட்டிய இடமெல்லாம் அடிக்கத் தொடங்கினான். எதுவோ தடியைப் பறிப்பது போல் இருந்தது. மறு வினாடி தடி அவன் கையிலிருந்து பறந்தது.

துடுப்பிலிருந்த கட்டையைப் பிடுங்கி, இரு கைகளாலும் பிடித்துக்கொண்டு தோன்றியபடியெல்லாம் அங்குமிங்குமாகத் திரும்பத்திரும்ப அடிக்கத் தொடங்கினான். ஆனால் அவை படகின் முன் பக்கம் வரை எழும்பி ஒன்றன்பின் ஒன்றாக நீரில் விழுந்து கடலில் ஒளி வீசிய மீனின் சதையைப் பிய்த்து எடுத்தன. மீண்டும் மீண்டும் திரும்பி வந்தன.

கடைசியாக ஒன்று மீனின் தலையைக் குறி வைத்து வந்தது. எல்லாம் முடிந்தது என்று அவனுக்குப் புரிந்துவிட்டது. மீனின் கெட்டியான தலைப்பகுதியைப் பற்களால் அழுத்திப் பிடித்தது. சதை கிழிபடவில்லை. அவன் துடுப்பை எடுத்து சுறாவின் தலையை நோக்கிச் சுழற்றினான். ஒரு தடவை, இரண்டு தடவை, மீண்டும் மீண்டும் – துடுப்பு ஒடியும் சப்தம் கேட்டது. ஒடிந்த துண்டை அதன் மேல் பாய்ச்சினான். அதன் கூர்மை சுறாவின் உள்ளே புகுந்ததை உணர்ந்தான். மீண்டும் பாய்ச்சினான். சுறா பிடியை விட்டு உருண்டு சென்றது. கூட்டத்தின் கடைசிச் சுறா அதுதான். அதற்குமேல் தின்ன அவற்றுக்கு ஒன்றுமில்லை.

கிழவனுக்கு மூச்சு வாங்கியது. வாயில் ஏதோ சுவையை உணர்ந்தான். செம்புபோல, இனிப்புபோல இருந்தது. ஒரு வினாடி என்னவோ ஏதோ என்று பயந்தான். அப்புறம் அது தெரியவில்லை.

கடலில் காறித் துப்பினான். "அதைத் சாப்பிடுங்கள் சுறாக்களே" என்றான். "ஒரு மனிதனைக் கொன்று விட்டதாகக் கனவு காணுங்கள்."

முற்றிலுமாகத் தீர்வு எதுவுமின்றித் தோற்கடிக்கப்பட்டதை உணர்ந்து, படகின் முன்பக்கம் சென்று, துடுப்புக் கட்டையின் உடைந்த துண்டு துடுப்புத் துவாரத்தில் நுழையும் என்பதைக் கண்டு, அதைப் பொருத்தி, படகைச் செலுத்தத் தொடங்கினான். கோணித் துணியைத் தோளைச் சுற்றிப் போர்த்திக்கொண்டான். படகை அதன் வழியே செலுத்தத் தொடங்கினான். படகு மெதுவாக அசைந்து சென்றது. அவனுக்கு எந்தவித எண்ணங்களோ உணர்வோ இல்லை. எல்லாவற்றையும் கடந்து வந்துவிட்டான். இப்போது படகைத் தன் இருப்பிடத்துக்கு எவ்வளவு வசதியாக, சாமர்த்தியமாகக் கொண்டு செல்ல முடியுமோ அப்படிக் கொண்டு செல்ல விரும்பினான். மேஜை மேல் சிந்திய ரொட்டித் துணுக்குகளைப் பொறுக்குவதுபோல் இரவில் சுறாக்கள் மீனின் உடம்பைத்துடைத்து விட்டன. கிழவன் அதைப் பொருட்படுத்தவே இல்லை. படகைச் செலுத்துவதைத் தவிர வேறெதையும் கவனிக்கவும் இல்லை. கனமுள்ள மீன் இப்போது பக்கத்தில் இல்லாததால் படகு சீராகச் செல்கிறது என்பதைக் கவனித்தான்.

படகு உறுதியாக நல்ல நிலையில் இருக்கிறது. அதற்கு எந்தச் சேதமும் ஏற்படவில்லை. சுக்கானைத் திருப்பும் கட்டைதான் போய்விட்டது. பரவாயில்லை. எளிதாக மாற்றிவிடலாம்.

நீரோட்டத்தின் நடுவில் இருப்பதாக உணர்ந்தான். கடற்கரைக் குடியிருப்புகளின் விளக்குகள் வரிசையாகத் தெரியத் தொடங்கின. எங்கே இருக்கிறோம் என்பதைத் தெரிந்து கொண்டான். வீட்டுக்குப் போவதில் எந்தச் சிரமும் இல்லை.

காற்று எப்படியும் நமது நண்பன்தான் என்று நினைத்தான். சில சமயங்களில்தான் என்றும் சேர்த்துக்கொண்டான். கடல் நமக்கும் நமது எதிரிகளுக்கும் நண்பன்தான். படுக்கையைப்பற்றி நினைத்தான். அதுவும் எனது நண்பன்தான். வெறும் படுக்கைதான். படுக்கை ஒரு பெரிய விஷயம். நீ தோற்கடிக்கப்படுவதெல்லாம் சுலபம்தான் என்று நினைத்தான். அது எவ்வளவு சுலபம் என்று இதுவரை தெரியாது. எது தோற்கடித்தது என்றும்.

"ஒன்றுமில்லை" என்றான் உரக்க. "நான் வெகுதூரம் போய் விட்டேன்."

சிறிய துறைமுகத்தினுள் அவன் படகு சென்றபோது டெரஸ் ஹோட்டலின் விளக்குகள் அணைக்கப்பட்டிருந்தன. எல்லோருக்கும் நல்ல தூக்கம். கடல்காற்று மெதுவாக எழுந்து இப்போது வேகமாக வீசுகிறது. துறைமுகம் வெறிச்சிட்டுக் கிடக்கிறது. பாறைகளின் அடியே கற்கள் நிரம்பிய சிறு இடைவெளியில் படகைச் செலுத்தினான். அவனுக்கு உதவ யாரும் இல்லை. தன்னால் முடிந்த மட்டும் படகை இழுத்து, வெளியே குதித்து, ஒரு பாறையுடன் அதைப் பிணைத்துக் கட்டினான்.

பாய் மரத்தைப் பிடுங்கி, பாயைச் சுருட்டிக் கட்டினான். மரத்தைத் தோளில் சுமந்து கொண்டு ஏற ஆரம்பித்தான். அப்போது தான் எவ்வளவு தூரம் களைத்திருக்கிறோம் என்பது தெரிந்தது. ஒரு வினாடி நின்று, திரும்பிப் பார்த்தான். தெருவிளக்கின் ஒளியில் படகின் பின்பக்கம் மீனின் பெரிய வால் நிமிர்ந்து நிற்கிறது. முதுகெலும்பின் வெள்ளைக் கோட்டையும் கறுப்புத் தலையையும் நீண்டு நிற்கும் மூக்கையும் அவற்றினிடையே உள்ள இடைவெளியையும் பார்த்தான்.

மீண்டும் ஏறத் தொடங்கினான். உச்சியை அடைந்ததும் கீழே விழுந்து, பாய் மரத்தைத் தோளின் குறுக்கே கிடத்தியபடி சிறிது நேரம் படுத்துக்கிடந்தான். எழுந்திருக்க முயன்றான். மிகச் சிரமமாயிருந்தது. தோளில் பாய்மரத்துடன் அமர்ந்தபடி சாலையைப் பார்த்தான். எதிர்ப்பக்கத்தில் ஒரு பூனை தன் போக்கில் சென்று கொண்டிருந்தது. கிழவன் சாலையை நோக்கினான். கடைசியில் பாய்மரத்தைக் கீழே வைத்துவிட்டு எழுந்து நின்றான். மீண்டும் மரத்தை எடுத்துத் தோளில் வைத்துச் சாலையை நோக்கி நடந்தான். குடிசையை அடைவதற்குள் அவன் ஐந்து தடவை உட்கார வேண்டியிருந்தது.

குடிசையில் மரத்தைச் சுவரோடு சாய்த்து வைத்துவிட்டு, இருட்டில் துழாவி தண்ணீர் சீசாவை எடுத்து ஒரு மிடறு குடித்தான். பிறகு படுக்கையில் சாய்ந்துகொண்டான். போர்வையை இழுத்துத் தோளின் மேலும், முதுகிலும் கால்களிலும் போர்த்திக் கொண்டு செய்தித் தாளில் முகத்தை வைத்துக் கைகளை நீட்டி உள்ளங்கைகளை மேல் நோக்கி வைத்துக்கொண்டு உறங்கினான்.

காலையில் சிறுவன் குடிசையின் கதவருகில் வந்து பார்த்தபோது கிழவன் தூங்கிக்கொண்டிருந்தான். புயல் வீசிக்கொண்டிருந்ததால் படகுகள் கடலுக்குள் போகவில்லை. எனவே சிறுவன் தாமதமாக விழித்து, வழக்கம்போல் கிழவனின் குடிசைக்கு வந்தான். கிழவன் பெருமூச்சு விடுவதையும் கைகள் மல்லாந்து கிடப்பதையும் பார்த்துவிட்டுச் சிறுவன்

அழத் தொடங்கினான். கிழவனுக்குக் காப்பி கொண்டுவர மெதுவாக வெளியே சென்றான். வழிநெடுக அழுதுகொண்டே போனான். நிறைய மீனவர்கள் கிழவனின் படகைச் சுற்றி நின்று, பார்த்துக்கொண்டிருந்தனர். ஒருவன் நீரில் இறங்கி, காற்சட்டையைச் சுருட்டி ஏற்றிவிட்டுக்கொண்டு, மீனின் எலும்புக் கூட்டை ஒரு கயிற்றால் அளந்து பார்த்துக்கொண்டிருந்தான்.

சிறுவன் கீழே இறங்கவில்லை. ஏற்கனவே அங்கு வந்திருந்த ஒரு மீனவன் அவனுக்காகப் படகைக் கவனித்துக்கொண் டிருந்தான்.

"எப்படியிருக்கிறான்?" என்று கத்தினான் ஒரு மீனவன்.

"நல்ல உறக்கம்" என்றான் சிறுவன். அவன் அழுவதை அவர்கள் கவனிப்பதைப் பற்றி அவன் பொருட்படுத்தவில்லை. "அவனை ஒருத்தரும் தொந்தரவு செய்ய வேண்டாம்."

"வாலிலிருந்து மூக்குவரை பதினெட்டு அடி நீளம்" என்றான் மீனை அளந்து கொண்டிருந்த மீனவன்.

"நான் நம்புகிறேன்" என்றான் சிறுவன்.

டெரஸ் ஹோட்டலுக்குச் சென்று காப்பி வாங்கினான். "சூடாக, நிறையப் பாலும் சர்க்கரையும் சேர்த்து."

"வேறு ஏதாவது?"

"வேண்டாம். அப்புறம் அவன் என்ன சாப்பிடுகிறான் என்று கேட்டுவிட்டு வருகிறேன்."

“எவ்வளவு பெரிய மீன்!” என்றான் கடைக்காரன். “இது மாதிரி ஒரு மீனைப் பார்த்ததேயில்லையே. நேற்று நீயும் இரண்டு மீன்கள் பிடித்தாயே.”

“என் மீன் கிடக்கட்டும்” என்றான் சிறுவன். பிறகு அழத் தொடங்கினான்.

“குடிக்க ஏதாவது வேண்டுமா?” என்று கேட்டான் கடைக்காரன்.

“வேண்டாம்” என்றான் சிறுவன். “சாந்தியாகோவை யாரும் எழுப்ப வேண்டாம் என்று சொல்லுங்கள். நான் அப்புறம் வருகிறேன்.”

“நான் வருத்தப்பட்டேன் என்று அவனிடம் சொல்.”

“சரி” என்றான் சிறுவன்.

காப்பியை எடுத்துக் கொண்டு சிறுவன் குடிசைக்கு வந்தான். கிழவன் விழிப்பதுவரை அவன் அருகிலேயே இருந்தான். ஒரு தடவை அவன் விழிப்பது போல் தோன்றியது. ஆனால் மீண்டும் தூங்க ஆரம்பித்து விட்டான். சிறுவன் காப்பியைச் சூடாக்குவதற்கு விறகு வாங்க வெளியே சென்றான்.

கடைசியில் கிழவன் விழித்தான்.

“எழுந்திருக்க வேண்டாம்” என்றான் சிறுவன். “இதைக் குடி.” கொஞ்சம் காப்பியை ஒரு கண்ணாடித் தம்ளரில் ஊற்றினான்.

கிழவன் அதை எடுத்துக் குடித்தான்.

“அவை என்னைத் தோற்கடித்து விட்டன, மனோலின்” என்றான் கிழவன். “நிஜமாகவே என்னைத் தோற்கடித்து விட்டன.”

“அது உன்னைத் தோற்கடிக்கவில்லையே, அந்த மீன்.”

“இல்லை. நிஜமாகவே இல்லை. எல்லாம் பிற்பாடுதான்.”

“பெட்ரிகோ படகையும் கியரையும் பார்த்துக் கொள்கிறான். தலையை என்ன செய்யலாம் என்கிறாய்?”

“பெட்ரிகோ அதை வெட்டித் தூண்டில் இரையாக உபயோகிக்கட்டும்.”

“ஈட்டியை?”

“நீயே வைத்துக்கொள் . . . உனக்கு வேண்டுமென்றால்.”

“சரி. மற்ற விஷயங்களைப் பற்றி யோசிக்க வேண்டாமா?”

"அவர்கள் என்னைத் தேடினார்களா?"

"ஆமாம். கடலோர காவல்படையுடன். விமானத்தில்."

"கடல் எவ்வளவு பெரியது. படகு எவ்வளவு சின்னது. எப்படிக் கண்டுபிடிக்க முடியும்?" என்றான் கிழவன். தனக்குத் தானேயும் கடலோடும் பேசிக்கொண்டிருப்பதைவிட ஒரு ஆளோடு பேசுவது எவ்வளவு மகிழ்ச்சியாக இருக்கிறது. "நான் உன்னை நினைத்துக்கொண்டேன்" என்றான். "நீ என்ன பிடித்தாய்?"

"முதல் நாளில் ஒன்று. இரண்டாவது நாளில் ஒன்று. அடுத்த நாளில் இரண்டு."

"ரொம்ப நல்லது."

"இனி நாம் சேர்ந்து மீன் பிடிக்கப் போவோம்."

"வேண்டாம். எனக்கு அதிர்ஷ்டம் இல்லை. இனிமேல் எனக்கு அதிர்ஷ்டமேயில்லை."

"அதிர்ஷ்டம் நாசமாகப் போகட்டும். நான் அதிர்ஷ்டத்தை என்னுடன் கொண்டு வருவேன்."

"உன் வீட்டில் என்ன சொல்வார்களோ?"

"எனக்குக் கவலையில்லை. நேற்று இரண்டு மீன் பிடித்தேன். நாம் சேர்ந்து போவோம். எனக்குக் கற்றுக்கொள்ள வேண்டியது நிறைய இருக்கிறது."

"ஒரு நல்ல ஈட்டி வேண்டும். படகிலேயே அது எப்போதும் இருக்க வேண்டும். பழைய ஃபோர்டு மோட்டார் பாகம்

எதிலாவதிலிருந்து நல்ல கத்தி செய்யலாம். க்வானபாக்கோவில் அதைச் செய்து கொள்ளலாம். நல்ல கூர்மை வேண்டும். ஒடிந்து விடக்கூடாது. என் கத்தி ஒடிந்து விட்டது."

"நான் வேறொரு கத்தி தருகிறேன். அதற்கு ஒரு ஸ்பிரிங் செய்துகொள்ள வேண்டும். பிரிஸா மீன் இனி எத்தனை நாளைக்குக் கிடைக்கும்?"

"மூன்று நாள். அல்லது சற்று அதிகமாக."

"எல்லாம் சரியாக இருக்கிறதா என்று பார்த்துக் கொள்கிறேன். உன் கையைச் சரியாய் கவனித்துக்கொள் தாத்தா."

"எப்படிப் பார்த்துக் கொள்ள வேண்டும் என்று எனக்குத் தெரியும். இரவில் உமிழும்போதுதான் ஏதோ வித்தியாசமாகத் தெரிகிறது. மார்பில் என்னமோ உடைந்து விட்டது போல்."

"அதையும் குணப்படுத்திவிடு" என்றான் சிறுவன். "படுத்துக்கொள் தாத்தா. போய் உன்னுடைய சட்டையைக் கொண்டு வருகிறேன். சாப்பிடுவதற்கும் ஏதாவது."

"நான் போயிருந்த சமயம் வந்திருந்த நியூஸ் பேப்பரையும் கொண்டுவா" என்றான் கிழவன்.

"சீக்கிரம் குணமடைந்து விடு. நான் கற்றுக்கொள்ள வேண்டியது நிறைய இருக்கிறது. நீதான் எல்லாம் எனக்குச் சொல்லித்தர வேண்டும். ரொம்ப சிரமப்பட்டாயா தாத்தா?"

"நிறைய" என்றான் கிழவன்.

"சாப்பாடும் பத்திரிகையும் கொண்டு வருகிறேன்" என்றான் சிறுவன். "ஓய்வு எடுத்துக்கொள் தாத்தா. கைக்குப் போடுவதற்கு மருந்து ஏதாவது கடையிலிருந்து வாங்கி வருகிறேன்."

"மீனின் தலையை எடுத்துக் கொள்ளலாம் என்று பெட்ரிகோவிடம் சொல். மறந்து விடாதே."

"மறக்க மாட்டேன்."

சிறுவன் வெளியே சென்று பவளப் பாறையில் நடக்கும்போது மீண்டும் அழ ஆரம்பித்தான்.

அன்று பிற்பகல் டெரஸ் ஹோட்டலில் நிறைய உல்லாசப் பயணிகள் வந்திருந்தனர். கடல் நீரில் காலி பீர் டின்களையும் இறந்த பராக்குடா மீன்களையும் பார்த்துக்கொண்டிருந்த ஒரு பெண் துறைமுக வாசலின் வெளியே கீழ்த்திசைக் காற்று கடலில் அலைகளை எழுப்பிக்கொண்டிருக்கும்போது ஒரு

எர்னெஸ்ட் ஹெமிங்வே

பெரிய மீனின் வெள்ளை முதுகெலும்பும் அதன் ஒரு முனையில் பெரிய வாலும் கடல் நீரில் ஆடி அசைந்து கொண்டிருப்பதைக் கண்டாள்.

"என்ன அது?" என்று கேட்டாள், ஒரு பணியாளரிடம். கடலுக்குள் குப்பையாகச் செல்லவிருந்த ஒரு பெரிய மீனின் நீண்ட முதுகெலும்பைக் காட்டியபடி.

"டிபுரான், ஒரு ஷார்க்" என்றான் வெயிட்டர். நடந்தது என்ன என்பதை அவளிடம் விளக்கிச் சொல்ல முயன்றான்.

"சுறாக்களுக்கு இத்தனை அழகான வால் உண்டு என்று எனக்குத் தெரியாது" என்றாள் அவள்.

"எனக்கும் தெரியாது" என்றான் அவளுடன் வந்தவன்.

சாலைக்கு அப்பால், தன் குடிசையில் கிழவன் மீண்டும் தூக்கத்தில் ஆழ்ந்திருந்தான். குப்புறப்படுத்துத் தூங்கும் அவனை பக்கத்தில் இருந்து பார்த்துக்கொண்டிருந்தான் சிறுவன். கிழவனின் கனவில் சிங்கங்கள் வந்துகொண்டிருந்தன.

❖

சில மீன்களுக்கான ஆங்கிலப் பெயர்கள்:

கடமா	-	Squid
சொறி	-	Jelly Fish
இறால்	-	Shrimp
பெருந்தலை ஆமை	-	Loggerhead
மத்தி	-	Sardine
ஈட்டி மீன்	-	Marlin
ஓங்கில்	-	Dolphin
சிறிய ஓங்கில்	-	Purpoise
சூரை	-	Tuna
திருக்கை மீன்	-	Portuguese man-of-war
தட்டை மூக்கன்	-	Broad bill